சுபிட்ச முருகன்

எதுவாக? எதுவாகவோ அதுவாக?

சரவணன் சந்திரன்

டிஸ்கவரி புக் பேலஸ்

கே.கே.நகர் மேற்கு, சென்னை - 600 078.
(பாண்டிச்சேரி கெஸ்ட் ஹவுஸ் அருகில்)
Mobile: +91 87545 07070

சுபிட்ச முருகன் (நாவல்)
ஆசிரியர்: சரவணன் சந்திரன்©

Subitcha Murugan (Novel)
Author: Saravanan chandiran©

First Edition: October - 2018
Second Edition: Dec- 2019
Pages: 128
ISBN: 978-93-86555-55-7

Cover Design: Santhosh Narayanan

Published by :
Discovery Book Palace (P) Ltd,
6, Mahaveer Complex, Munusamy Salai,
K.K.Nagar West, Chennai-600 078.
Mobile: +91 87545 07070

E-mail: **discoverybookpalace@gmail.com,**
Website: **www.discoverybookpalace.com**

Rs. 150

குறிப்பு:
சரவணன் சந்திரன்

சரவணக்குமார் என்கிற இயற்பெயரைக் கொண்ட, தொழில்முறை ஹாக்கி விளையாட்டு வீரரான இவர் சென்னைக் கிறித்துவக் கல்லூரியில் இளங்கலை தமிழ் படித்தவர். மதுரை, தேனி, கோவில்பட்டி என பல ஊர்களைச் சொந்த ஊராகக் கொண்ட இவர் தற்போது சென்னையில் வசிக்கிறார். ஆறாம்திணை, மின் தமிழ், காலச்சுவடு, இந்தியாடுடே போன்ற அச்சு மற்றும் மின் ஊடகங்களில் பணி புரிந்த இவர் கடந்த பத்தாண்டுகளுக்கும் மேலாக காட்சி ஊடகத்தில் பணி புரிந்திருக்கிறார். விஜய் டீவி, ஜீ தமிழ், போன்ற காட்சி ஊடகங்களில் பல்வேறு நிகழ்ச்சிகளில் பல்வேறு பொறுப்புகளில் இருந்திருக்கிறார். ஹிந்து தமிழ், உயிர்மை, ஆனந்த விகடன், மின்னம்பலம் உள்ளிட்ட பல்வேறு பத்திரிகைகளுக்கு கட்டுரைகளும் எழுதிவருகிறார். அச்சு ஊடகம், மின் ஊடகம், காட்சி ஊடகம் என ஊடகங்களின் பல்வேறு வகைகளிலும் இவரது பங்களிப்பு இருந்திருக்கிறது என்பது குறிப்பிடத்தக்கது. சென்னையில் நவநாகரீக மீன் அங்காடியகம் ஒன்றையும் கடந்த பத்தாண்டுகளாக நடத்தி வருகிறார். வேளாண்மையைத் தொழில்முறையாகச் செய்தும் கொண்டிருக்கிறார்.

பவித்ராவுக்கு...

திரிபுகளின் பாதை

‘மெய்யறிதல் என்பது ஒரு திரிபுநிலை’ என்ற சொல்லை, எப்போதோ என் குறிப்பேடு ஒன்றில் எழுதிவைத்திருந்தேன். பழையகால தியானக் குறிப்புகளை எடுத்துப் பார்த்தபோது அந்த வரி கண்ணில் அறைந்தது. அதை ஏன் எழுதினேன், எங்கிருந்து பெற்றேன் என நினைவிருக்கவில்லை. ஆனால் சிலநாட்கள் அந்த வரி உடனிருந்து உழற்றிக்கொண்டே இருந்தது.

பின்னர் அவ்வரியை என் அனுபவங்களினூடாக ஆராயத் தொடங்கினேன். நான் துறவுக்குநிகராக அலைந்த நாட்களில் பார்த்தவர்கள் ஒருபக்கம் அனைத்தையும் விட்டு வந்தவர்கள், எவ்வகையிலோ மெய்மையை தொட்டவர்கள். அன்றேல் அதைநோக்கி எழுந்தவர்கள். மறுபக்கம் திரிபடைந்தவர்களும்கூட. துறவியையும் குற்றவாளியையும் உளநோயாளியையும் பிரித்தறிதல் மிகக்கடினம். மெய்த்தேடல் அவர்களை திரிபடையச்செய்தது என்றும், இவ்வுலகிலிருந்து அவர்களை விலக்கியது என்றும் அன்று எண்ணிக்கொண்டிருந்தேன். திரிபுகளால் இவ்வுலகிலிருந்து அகன்றதே அவர்களை அங்கே கொண்டுசென்றது என்று பின்னர் எண்ணிக்கொண்டேன். இரண்டுமே சரிதான்.

அன்றாடத்தின் அடுக்குத்தொடரான இவ்வாழ்வில் அதை அறிவது என்பதற்கே இடமில்லை. அறிவதற்குரிய விலக்கத்தை வாழ்க்கை அளிப்பதில்லை. விலக்கம் வந்தபின்னர் இயல்பாக வாழ்வது அமைவதுமில்லை. அவ்விலக்கம் சிலருக்கு அவர்களின் பிறப்பியல்பாலேயே அமைகிறது. பேரழகர்கள் விலகித்திரிபடைவதுண்டு.

பெருங்குரூபிகளும் அவ்வாறு ஆவதுண்டு. எதிர்பாராத பெரிய அடிகள், உலுக்கும் தற்செயல்கள், உண்டுசெரிக்கவே முடியாத ஒவ்வாமைகள், துரத்தும் குற்றவுணர்வுகள் வழியாக திரிபடைந்தவர்கள் உண்டு. அவர்கள் முலைசுவைக்கச் செல்கையில் அன்னையால் உதைத்து விரட்டப்பட்ட குழந்தைகள். அவர்களிலிருந்துதான் கடுங்கசப்பான அச்செடி முளைக்கிறது. மலரழகும் கனிச்சுவையும் கொண்டு அது முழுமைபெற மீண்டும் ஒரு நீண்ட பயணம் தேவையாகிறது.

திரிபிலிருந்து எழும் தேடலின் கதை சரவணன் சந்திரனின் சுபிட்சமுருகன். இருவகையில் இக்கதை இதுவரை அவர் எழுதிய படைப்புகள் அனைத்திலும் இருந்து வேறுபட்டு மேலெழுந்திருக்கிறது. அவருடைய ஐந்துமுதலைகளின் கதை, ரோலக்ஸ் வாட்ச், அஜ்வா போன்ற நாவல்கள் நேரடியான கதைசொல்லல், விவரணைகள் இல்லாத மொழிநடை, அன்றாடத்தின் வியப்புகளையும் புதிர்களையும் மட்டுமே நாடிச்செல்லும்தன்மை ஆகியவற்றாலானவை. அவ்வகையில் வாசிப்பார்வத்தை ஊட்டுபவை. கேளிக்கை எழுத்தின் அனைத்து இயல்புகளுடன் இலக்கியத்தின் எல்லையைக் கடந்து வந்தவை.

மாறாக, சுபிட்சமுருகன் ஆழ்ந்த கொந்தளிப்பும் கண்டடைதலின் பரவசமும் கொண்ட ஆக்கம். ஐயமே இன்றி அவருடைய சிறந்த படைப்பு, தமிழின் முக்கியமான இலக்கிய வெற்றிகளில் ஒன்று. அமைப்பு, உள்ளடக்கம் என பலவகையிலும் அசோகமித்திரனின் மானசரோவர் என்னும் நாவலுடன் ஒப்பிட்டு நோக்கத்தக்கது இது.

சுபிட்சமுருகனில் சரவணன் சந்திரன் நாவலுக்கு இன்றியமையாத படிமங்களினூடாகச் செல்கிறார். செயற்கையாக உருவாக்கப்படாது இயல்பாகவே படிப்படியாக விரியும் மையப்படிமம். நாவல் தொடங்குவதே மஞ்சள்மின்ன எழுந்து நின்றிருக்கும் ராஜநாகத்தில். மஞ்சள்மேல் பித்துகொண்டவளின் முகம். மஞ்சள்முகம். சொல்பொறுக்காது பொசுங்கியவள். ‘முகம் மட்டும் கருகவில்லை. கரிய எரிந்த தேக்குக் கட்டையொன்றின் உச்சியில் மரப்பாச்சியின் மஞ்சள் பூத்த முகத்தைச் செதுக்கியிருந்த மாதிரிக் கிடந்தது உடல்’ என ஒற்றைவரியில் கடந்துசெல்லும் குரூரமான ஒரு தருணம்.

பாம்புகளையே உணவாகக்கொண்டு வாழும் ராஜநாகம், எப்போதும் அவனுக்குப்பின்னால் உள்ளது. இறுதியில், விரியன்களை விழுங்கிப் பலிகொண்டு அடங்குகிறது. இந்நாவல் இதன் சுருக்கமானச் சித்தரிப்பால் சொல்லாமல்விட்ட அனைத்தையும் வாசகன் முழுமை செய்துகொள்வது இப்படிமத்தின் நுண்மையான பரிணாமத்தால்தான். இந்நாவல் சரவணன் சந்திரனின் பிறநாவல்கள் எதிலுமில்லாத அளவுக்கு உளக்கொந்தளிப்புகளை கனவென்றும் நினைவோட்டமென்றும் சொல்லிச்செல்கிறது. அவையனைத்தும் இந்த மையப்படிமத்தை மேலும் மேலும் பெருக்குகின்றன. தன்னைத் தான் ஊதிப்பெருக்கி எழுந்து நின்றிருக்கிறது ராஜநாகம்

பிறிதொன்று, இந்நாவலின் மையமெனத் திரண்டுள்ள அன்றாடமின்மை. அன்றாடம் நம்மைச் சூழ்ந்து எப்போதுமுள்ளது. ஏதோ ஒருவகையில், அன்றாடத்தின்மீதான சலிப்பிலிருந்தே புனைவு என்னும் செயல்பாடு தொடங்கியிருக்கிறது. அன்றாடத்தைச் சொல்லும்போதுகூட அன்றாடமல்லாததாக அதை ஆக்குவதே புனைவின் கலை. இது வாழ்க்கையின் முடிச்சுகளைப் பேசும் படைப்பு மட்டுமல்ல; அப்பால் சென்று ஒட்டுமொத்த வினாவில் தலையை ஓங்கி அறைந்துகொள்வதும்கூட. எப்போதும் நான் புனைவில் எதிர்பார்க்கும் கூறு இது.

கதிரென விளைவது மண்ணில் உப்பென இருக்கிறது என்பார்கள். ஒரு தனிமனிதனில் அவன் ஊழ் என்று குவிவது தலைமுறை தலைமுறையாக உறுத்து வந்து சேர்கிறது. குலமூதாதையரில் ஒருவரில் தோன்றிய கூடாக்காமம் அவரில் வஞ்சமாக எழுந்தது. கசப்புகளாக, ஐயங்களாக, வன்மங்களாக உருமாறியது. இறப்புகளும் இழப்புகளுமாக தன்னைப் பெருக்கிக்கொண்டது. அக்குடியைச் சூறையாடி, அவனில் இனி என்ன என்று வந்து நின்றிருக்கிறது. அவனை மோதிச் சிதறடித்து பிறிதொருவனாக ஆக்குகிறது.

குற்றவுணர்வின் உச்சம். அது தனியொருவனின் குற்றவுணர்ச்சி அல்ல, ஒரு குலத்தின், தலைமுறை அடுக்குகளின் குற்றவுணர்ச்சி. அவனில் அது உடற்செயலின்மையாக வெளிப்படுகிறது. நேரடியாகப் பார்த்தால் குற்றவுணர்ச்சியால் உடல்தளர்வது என விளக்கலாம்தான். ஆனால் அது குறியீடென மேலும் பொருள்பெறுகிறது. மிக நுண்மையான ஒன்றின் அழிவு. உடலை உள்ளம் கைவிடுவது அது. உடல் வெறும் உடல்மட்டுமேயாகி நின்று திகைக்கிறது. வெறும் உடலென்கையில் எத்தனை அபத்தமான ஒரு பிண்டம் தான் என அறிந்து பதைபதைக்கிறது

அதைவிட காமம் என்பது மிகமிக ஆழமாக பிறிதொருவருடன் உறவுகொள்ளும் ஆற்றல் அல்லவா? அதை இழந்தவன் அடையும் தனிமையைப்போல் பிறிதொன்று உண்டா? அனைத்து வாயில்களும் சுவரென்று ஆகி மூடிக்கொள்ள உள்ளே சிக்கிக் கொண்டவன் அல்லவா அவன்? நினைவுகளை மீட்டி அவன் தன் உடலை வெளியே இருந்து திறந்துகொள்ள முயல்கிறான். கனவுகளைக்கொண்டு உள்ளே இருந்து உடைத்தெழ முயல்கிறான். தொடர்புறுவதற்கு அவன் கொள்ளும் அத்தவிப்பினால்தானே பெண்ணின் தொடுகைக்கு, கூந்தல் மணத்துக்கு அவன் அலைவது. உடல்திறந்து வெளியேற உயிரும் உடலும் கொள்ளும் தத்தளிப்பு அது. அனைத்துச் சுவர்களையும் உள்ளிருந்து முட்டிமுட்டி தலையால் அறைந்து ஓசையின்றி கூச்சலிடுகிறது.

அந்தத் திரிபின் உக்கிரமான சித்திரத்தை விரைவான சொற்களில், சுருக்கமான விவரணைகளினூடாகச் சொல்லிவிட்டதென்பதனால்தான் சுபிட்சமுருகன் ஓர் இலக்கியப்படைப்பாக மாறுகிறது. அந்தப் பெருந்துன்பம் வழியாகக் கடந்துசென்று கனிகிறது இப்பயணம். கனியாகும் மலர் ஒருபகுதியை அழுகி உதிர்த்துவிடுகிறது. எத்தனை இடங்களில் அடிபட்டு

சிதைந்துச் சிதைந்து எஞ்சுகிறது அவன் அகம் என்று பார்க்கையில், அவன் வாங்கும் அந்த அடிகளனைத்தும் ஒரு தியானத்தின் படிநிலைகளோ என எண்ணத் தோன்றுகிறது. சிலர் உள்ளே அவ்வடிகளை வாங்கக்கூடும். அவன் தசைகளிலும் எலும்புகளிலும் பெற்றுக்கொள்கிறான்.

விரிவாக எழுந்துவரக்கூடும் காட்சிகளையும் ஒற்றைவரியாகச் சொல்லிச் செல்வது சரவணன் சந்திரனின் புனைவெழுத்தின் வழியாக உள்ளது. "பாடையில் தூக்கிக்கொண்டு போனபோது தலையைக் குலுக்கி ஆட்டினாள் அத்தை. 'காடு சேர மாட்டேங்குறா' எனத் தலையை கயிற்றை வைத்துக் கட்டினார்கள்" - என நினைவிலிருந்து எழும் ஒரு காட்சிக்கீற்று. உடையப்பன் ஓங்கிக் குரலெடுத்து குத்தவைத்து அழுதான். எல்லா பயகல்கிட்டயும் அடிவாங்குற இந்தப் பொழப்பு எனக்குப் பிடிக்கலையே. ஆஞ்சநேயா, என்னைத் தொரத்தி விட்டுருப்பா. நான் என்ன விரும்பியா செய்றேன் என,' அகம் வெளிப்படும் ஒரு தருணம். இவற்றினூடாக எளிதாக ஒழுகிச்சென்று நாம் சேரும் ஓரிடமே இக்கதையின் ஆழம்.

அரிதாகவேனும் அபத்தமும் அங்கதமும் வெளிப்படும் தருணங்களும் இந்நூலில் உண்டு. இயலாதுபோன துயரின் உச்சிநின்று தொலைக்காட்சி செய்திவாசிப்பாளரான தன் இணையிடம் "இடுப்பில் புண்ணோடு வந்து படுத்துக்கொண்டு தத்துவம் பேசுகிறார். உடன் இருப்பவர்களையும் பயத்தில் ஆழ்த்துகிறார். நாளை அவரை மருத்துவமனைக்கு அழைத்துச் செல்லப்படும் என நெருங்கிய வட்டாரங்கள் தெரிவிக்கின்றன" என்று செய்திவாசிக்கச் சொல்பவன் தன்னைத்தானே நோக்கி எள்ளிச்சிரிக்கும் தருணம் ஓர் உதாரணம்.

"எப்பிடிப் பொத்தி வச்சாலும் அவ வந்து கொத்திருவா" என்ற வரியிலிருந்து இந்நாவலை நான் மறுதொகுப்பு செய்யத் தொடங்கினேன். ஒரு தொடுகை. கருவிலிருக்கும் குழந்தையை வந்து தொடும் புறவுலகுபோல. அது ஓர் அழைப்பு. ஏவாளை லூசிஃபர் என. தாந்தேயை ஃபியாட்ரிஸ் என. இருண்ட பாதைகளினூடாக அழைத்துச் செல்கிறது. விழுந்து எழுந்து புண்பட்டு சீழ்கொண்டு கண்ணீரும் கதறலுமாக ஒரு நீண்ட பயணம். 'வட்டத்தின் ஓரமாக தவழ்வதைத் தவிர வேறு எதுவும் அப்போது எனக்கு விதிக்கப்படவில்லை' என்னும் பெருந்தவிப்பு.

மறுபிறப்பு என்பது மீண்டும் ஒரு கருப்புகுதலுக்குப் பின்னர், மீண்டுமொரு பேற்றுநோவுக்குப்பின்னரே இயல்வது. 'வானில் சூல்கொண்டிருந்த கரும் பானை வெடித்துச் சிதறியது. மின்னல் வெட்டிய வானம் வெள்ளை வேட்டி போல ஒளிப் பிரவாகமானது. ஒளியே மூலம். தனிப்பெரும் கருணை. எதுவாக? மழையாக இருந்தேன் அப்போது' என நிறைவடைகையில் வட்டச்சுழல்பாதை மையத்தை அடைந்துவிட்டிருக்கிறது. அதன் விசை என்பது மையத்தை அடைவதற்கானதுதான்.

ஜெயமோகன்

என்னுரை

சுபிட்ச முருகன் என்கிற கருதுகோள், எப்போது எனக்குள் வந்து ரெட்டணங்கால் போட்டு அமர்ந்தது? பலமுறை யோசித்துப் பார்த்தும் பிடி கிடைக்கவில்லை. நள்ளிரவொன்றில், நண்பர்கள் குழாமில் யாரோ போகிறபோக்கில் உதிர்த்த ஞாபகம் இருக்கிறது. யாராக இருக்கும்? என்னுடைய மூத்த நண்பர் இயக்குநர் புகழேந்தி சொன்னதைப் போலத்தான் மங்கலாகத் தெரிகிறது. வாரம் ஒருநாள் அவரைச் சந்திக்கிற வாய்ப்பிருந்தபோதுகூட அதைக் கேட்டு உறுதிப்படுத்தத் தோன்றவில்லை. முகம்தெரியாத நபர் சொன்னதாகவே அது இருக்கட்டுமென விட்டுவிட்டேன். முகம்தெரியாத நபர்கள் போட்டுச் செல்லும் பிச்சையிலேயே ருசி அதிகமிருக்குமென திருவோடேந்தி யாத்திரைபோகிற நாடோடிக்குத் தெரியும்.

இது நடந்து பத்தாண்டுகள் இருக்கலாம். என் ஒவ்வொரு நாவலையும் எழுதி முடிக்கும்போதெல்லாம், அடுத்தது இதுதான் என வீம்பிற்குச் சொல்வேன். ஆனால் தொடத் துணியவில்லை. இடையில் தைமூரில் இருந்தபோது, இதை ஒரு சினிமா கதையாக ஆக்கி, உடனிருந்த நடிகரான நண்பர் ஒருவரிடம் சொன்னேன். நான் பார்த்தேயிராத, தமிழர்கள் வசிக்கும் பல நாடுகளைச் சுற்றி வந்தது கதை. இப்போது யோசித்துப் பார்த்தால், அந்தக் கதையில் இருக்கிற அபத்தங்கள் விளங்குகின்றன. அனுபவிக்காத, பார்க்காத, பக்கத்தில் கேட்காத, ஆழமாக உணராத எதையும் எழுதுவதில்லை என்கிற புரிதலுக்கு இத்தனை ஆண்டுகளில் வந்து சேர்ந்திருக்கிறேன்.

எப்போதெல்லாம் உள்ளுக்குள் இந்தக் கருதுகோள் உந்துகிறதோ அப்போதெல்லாம், அடுத்தது இதுதான் என நண்பர்களுக்கு தொலைபேசி செய்து சொல்வேன். நள்ளிரவில்கூட இப்படி விடாமல் அழைத்து தொந்தரவுக்கு உள்ளாக்கியிருக்கிறேன் பலரை. உறுதிப்படுத்திவிட்டால் மேற்கொண்டு ஓடிவிடலாமென்கிற அற்ப நம்பிக்கை அது. ஒருகட்டத்தில் இதுவொரு சுவாரசியமான, வீடுவந்து சேராத வெள்ளாமை விளையாட்டாகவும் எனக்கே தோன்றிவிட்டது. அப்போதிருந்த மனநிலையில், நிச்சயம் என்னால் இதை எழுதமுடியாது என்பது என் உள்ளுணர்விற்கு மட்டும் தெரிந்திருந்தது. சீரிய பதற்றத்தில் ஆட்பட்டிருந்த பொழுதுகள் அவை. எதிலுமே கவனத்தைக் குவிக்க இயலாமல் தட்டழிந்து அலைந்துகொண்டிருந்தேன். உள்ளுக்குள் குடியிருந்த பதற்றம் தணிந்தாலொழிய, இதை எழுதவே முடியாது என்பதை நிச்சயமாக உணர்ந்திருந்தேன். வாழ்வியல் பதற்றங்களைத் தணிக்கிற பொறுப்பு என்னிடமா இருந்தது?

பரதேசம் போய்ச் சுற்றிவிட்டு இறுதியாக, எனக்கான வேரைத் தாங்கிய கரிசல் நிலத்தில் வந்தமர்ந்தபிறகு, மெல்ல அக்கருதுகோள் மறுபடியும் எட்டிப் பார்த்தது. உதறினாலும் விடாமல் காலில் வந்து அப்பிக்கொண்டது கரிசல் மண். ஏற்கனவே, இஸ்லாமிய நம்பிக்கையைப் பின்னணியாய் வைத்து எழுதிய அஜ்வா நாவலில், பழனி அடிவாரம் குறித்து நிறையவே எழுதியிருப்பதால், திரும்பவும் அதே பாதையில் நடைபோட மனம் தடுத்தது. ஆனால் அதில்லை இது என்பது, சித்திரம் உருவாகி வருகையில் புரிய ஆரம்பித்தது. சார்ந்திருந்த எல்லா துறைகளிலும் முன்னோர்களிடம் இருந்து நிறையப் பெற்றிருக்கிறேன் என்பதை எப்போதுமே சொல்லிவந்திருக்கிறேன். இப்போது புழங்கும் இலக்கியத் துறையும் அதில் விதிவிலக்கில்லை. நான் கொஞ்சம் குருமடம் சார்ந்த ஆள்தான். விளையாட்டு விடுதியில் படித்ததால், அப்படி பயிற்சியளித்து வளர்க்கப்பட்டவனும்கூட. பந்தை தொடுவதற்குமுன்பு பணிவைத்தான் கற்றுக்கொடுப்பார்கள் முதலில். குருவிடம் சரணடைகிற இடத்திலேயே பயிற்சிக்கான முதல் புள்ளி துவங்குகிறது என்பது யாரைக் காட்டிலும் எங்களுக்கு நன்றாகத் தெரியும்.

இந்த நாவலை என்ன வகையில் சொல்வது? என்கிற குழப்பத்தின் உச்சியில் இருந்தபோதுதான் நான் மதிக்கும் முன்னோடியான, மூத்த எழுத்தாளர் ந.முருகேசபாண்டியனுடன் எங்களூரின் மூத்த கவியான தேவதச்சனை சந்திக்க அவருடைய நகைக் கடைக்குப் போயிருந்தேன். சின்னவயதிலிருந்தே பொட்டுத் தங்கம் வாங்க வேண்டுமானாலும்கூட, விரல்பிடித்துப் போன இடம்தான் அது. ஆனாலும் அந்தப் பயணத்தில் வேறுமாதிரியாகப் போய் அமர்ந்திருந்தேன். தேவதச்சன், ‘ஐந்து முதலைகளின் கதை’ நாவலைப் படித்துவிட்டு, அவருக்கு அது கொடுத்த போதாமைகளை உதாரணங்களோடு விளக்கிக்கொண்டிருக்கும்போதே, எனக்குள் திறந்துவிட்டது ‘சுபிட்ச முருக’னின் கதவு. ஆனாலும்

அரைகுறையாய்க் கழுவிய வட்டிலில் ஒட்டிக்கொண்டிருந்தது ஒரு பருக்கை சோற்றுத் தயக்கம். அதனாலேயே இதற்குமுன்னர் 'பார்பி' நாவலை எழுதியும் முடித்தேன்.

அந்த அடியாழத்துத் தயக்கத்தை முற்றிலும் களைந்தார், நான் புழங்கும் துறையில் உச்சத்தைத் தொட்டவரான, மூத்த எழுத்தாளரான ஜெயமோகன். தம்பியான எழுத்தாளர் அகரமுதல்வன், நண்பரான எழுத்தாளர் இளங்கோவன் முத்தையாவோடு பார்வதிபுரத்தில் அவரைச் சந்திக்கச் சென்றபோது, எனக்குள் இருந்த சிக்குகளை எடுத்துவிட்டார் ஜெயமோகன். 'உங்களுக்கு எது நல்லா வருதோ, அந்த முறையில சொல்றதில கவனம் செலுத்துங்க. மத்தவங்க சொல்றாங்கன்னு எதையும் மாத்திக்காதீங்க. அது அபத்தமா ஆயிடும். ஆனா தேவைப்பட்ட இடங்கள்ல கொஞ்சம் டீடெய்லுக்குள்ள போகலாம்' என்றார். அவரைப் பார்த்துவிட்டு, தெருமுனைக்கு வந்தபோதே உடனடியாக இந்த நாவலை எழுதவேண்டும் என முடிவெடுத்துவிட்டேன்.

நாவலின் வரைபடத்தை முதலில் இளங்கோவிடம் சொன்ன போது, உடனடியாக இப்போதே துவங்கிவிடுங்கள் என்றார். துளியும் தாமதிக்கவில்லை. பார்வதிபுரத்தில் இருந்து திரும்பிவந்து நிலத்தில் அமர்ந்தவுடன் எழுதத் துவங்கிவிட்டேன். எந்தவித தயங்கங்களையும் அருளாமல் நிலம் விடாமல் தொடர்ச்சியாய் எழுதுவதற்கு உந்தித் தள்ளியது. ஒன்பது பகல், பத்து இரவுகள் எல்லாவற்றிலிருந்தும் துண்டிக்கப்பட்டிருந்தேன். தொடங்கியது நிச்சயமாக நானே. ஆனால் முடித்தது நானல்ல. உண்மையிலேயே, கூடவே இன்னொரு கை உள்ளே அமர்ந்து எழுதியதைப்போல உணர்ந்தது கற்பனையாகக்கூட இருக்கலாம்.

இதை எழுதிக்கொண்டிருந்தபோது, என்னோடிருந்த பெரியவர் திடீரென வந்து நின்று, 'மழை பெஞ்சதுன்னா எனக்கு லட்டு வாங்கித் தரணும்' என்றார். இதுமாதிரி அவர் கேட்டதே இல்லை. வெளியே எட்டிப் பார்த்தபோது மழைக்கான அறிகுறிகளே இல்லை. மேல்காற்று உக்கிரமாக வீசிக்கொண்டிருந்தது. அப்போது சில செடிகள் கருகிப் போய்க்கொண்டிருந்ததால், ஒரு உயிர் மழையை எதிர்பார்த்துக் காத்திருந்தோம். இந்த நாவலின் கடைசி வரியை எழுதி முடித்தபோது குடிசைக்கு வெளியே மழை அடித்துப் பெய்தது என்பதை என்னோடு இருந்த நண்பர்கள் அறிவார்கள். அதிகப்படியானதாகக்கூட இருக்கலாம் இது. ஆனால் என்னளவில் இது உண்மை என மன்றாடுவதைத் தவிர வேறு வழியேதுமில்லை. மழையில் நீந்திப்போய், அவருக்கும், இதை எழுதக் காரணமான இன்னொருத்தருக்கும் லட்டு வாங்கிக் கொண்டு வந்து படைத்தேன். இதைப் படிக்கிறவர்களுக்குகூட லட்டின் வாடை மேலேழுந்து வரலாம். அப்படி வந்தால் உண்மையிலேயே மகிழ்வேன்.

எப்போதும் எழுதிமுடித்ததும் முதலில் படித்துத் திருத்தங்கள் சொல்லும் தம்பிகளான எழுத்தாளர்கள் கார்த்திக் புகழேந்தி, ஆன்மன் ஆகியோருக்கும்

தோழி சில்வியா ப்ளாத், திரைப்பட இயக்குநர் சீனிவாசனுக்கும், எப்போதும் என்னை போற்றிப் பாதுகாக்கும் நண்பர்களான கோவை வழக்கறிஞர் சரவணன், பீனா கானா, பழனி பாவேந்தன், அண்ணன் பழனி புவியரசு, வாஸ்த்தோ, நடிகரும் தம்பியுமான லகுபரன், படித்துத் திருத்தங்கள் சொன்ன ஒளிப்படக் கலைஞர் வல்லபாய், பின்னட்டை நிழற்பட படம் எடுத்து கொடுத்த ஒளிப்படக் கலைஞர் தம்பி சுதர்சன் ஹரிபாஸ்கரன் ஆகியோருக்கும் நன்றி. படித்து உற்சாகப்படுத்திய எழுத்தாளர் அண்ணன் ஆத்மார்த்திக்கும், நாவல் என்பதுகுறித்து மலையொன்றின்மீது அமர்ந்திருந்தபோது, ஆழமான உரையாடலை நிகழ்த்தி உதவிய எழுத்தாளர் போகன் சங்கருக்கும் நன்றி. எப்போதும் என்னுடைய நாவலுக்கான முகத்தை வடிவமைக்கும் நண்பன் சந்தோஷ் நாராயணனுக்கும், இதை வெளியிடும் டிஸ்கவரி புக் பேலஸ் மு.வேடியப்பனுக்கும் சிறப்பு நன்றி.

எப்போதுமே, எதையும் என்னுடையதென பிடிவாதம் பிடிக்கிற ஆள் நானில்லை என்பது என்னோடு வாழ்பவர்களுக்குத் தெரியும். அபூர்வமான நெல்லிக்கனியை தேடிக் கண்டடைந்து எடுத்து வந்தால்கூட, என்னோடு வாழ்பவர்கள் கேட்டால், கொஞ்சம் சலித்துக்கொண்டாவது கொடுத்து விடுவேன். ஆனால் சுபிட்ச முருகனை சொந்தம் கொண்டாட வேண்டும் என்று தோன்றுகிறது இப்போது. பிற்பாடு அப்படித் தோன்றாமல்கூடப் போய்விடலாம். நான் சொந்தம் கொண்டாடுகிற பொருள் என்பதாலேயே அடம்பிடித்து, தனக்கு வேண்டுமென எப்போதும் உரிமையாய்க் கேட்கும் பவித்ராவிற்கே இந்த நாவலையும் சமர்ப்பிக்கிறேன். இந்தக் கணத்தில் சுபிட்ச முருகனை நெஞ்சில் ஏந்தி அணைக்கத் தோன்றுகிறது. மழை அடித்துப் பெய்யட்டும் சகல திசைகளிலும்!

சரவணன் சந்திரன்
சுபிட்ச முருகனின் காலடி.

குங்குமப் பாதம்

அத்தியாயம் 1

இது அதுவா? குழப்பம் நெளிந்து மேலெழுந்துவந்தது முதலில். கனவா? நினைவா? கனவிற்குள் சாம்பிராணிப் புகைபோலச் சுருளும் நினைவெனச் சொன்னது ஆழ்மனம். செம்மண்ணைக் குழைத்துக் கட்டிய தென்னங்கூரைகள் வேயப்பட்ட அந்த பத்துக்குப் பத்து அறையில், கட்டில்போலவான ஒய்யார மண்மேடையின்மேலே படுத்திருந்தபோது, கீழே வெளிச்சம் விழுந்து புழங்குகிற இடத்தில் படுத்துக் கொண்டிருந்தது. கூரைக்கீற்றைக் கிழித்துக்கொண்டு வட்ட மஞ்சள் வெளிச்சம் அதன்மீது விழுந்தது. நெல் குத்துகிற உலக்கையை யாரோ வலுக்கரம் கொண்டு ஒடித்துத் தரையில் போட்டிருக்கிறார்களோ? அதை நெகிழிமாதிரி எவராவது வளைத்துப்போட முடியுமா? என்ன பைத்தியக்காரத்தனம் இது என உடனடியாகத் தோன்றியது. அதைப் பார்த்துக் கொண்டிருக்கிறேன் என்பதை உளவாளியொருவன் உள்ளுக்குள் உணர்ந்திருந்தான். மயிர்க் கூச்செறிந்து பயப்படுகிறேன் என்பதை அவனே எனக்குக் காட்டித் தந்தான். கண்களை மூடியபடியே விழித்துப் பார்த்தேன். விழிகளில் வெளிச்சம் பரவியது.

அந்த அறையில் என்னைத்தவிர வேறு யாரும் ஸ்தூலமாக இல்லை. மண்ணுளிப்பாம்பாக இருக்குமோ? மிரட்டுகிற வழக்கம் இல்லாத ஜீவன் அல்லவா அது?. நிச்சயமாக இருக்க முடியாது. அதிகம்போனால் அது என் கை பருமனுக்கு இருக்கலாம். இது அதில்லை. இதற்குமுன் அதைப் பார்த்ததே இல்லை. அதன் வால் நுனிப்பகுதியே என் கை பருமனுக்கு இருந்தது. நின்றபடிக் கருகிய புங்கமரத்தின் பரந்து விரிந்த தலையைப் பார்வைக்கு வைத்து, உடலை வளைத்துப்போட்டதுபோல அது கிடந்தது. உலகையளக்கிற பெருங் கைகளால் மட்டுமே சாத்தியப்படுகிற மடிப்பது.

அந்த மரத்தின் உச்சாணிக்கொம்பில் தலையைச் சாய்த்துவைத்து என் கண்களைப் பார்த்தபடி நாக்கை உள்ளும்புறமும் இடதும்வலதும் ஆட்டிக்கொண்டிருந்தது. தலையைத் திருப்பாமலேயே வடமேற்கில் படுத்திருந்த அது, சகல திசைகளையும் வெறிகொண்டு நாவால் வருடியது. எனக்கு நினைவிற்கு வந்துவிட்டது. இதை நிறைய ஒளிப்படங்களில் பார்த்திருக்கிறேன். அது கொத்தி செத்துப்போனவர்களின் விரைத்துப் போன முகங்களை அறிவேன். மழைக்காடுகளில் இருக்கும் ராஜநாகம் என அதன் பெயரை நினைவில் பிடித்தேன். எனக்குப் பாம்புகளோடு அதற்கு முன்னர் நெருக்கமான எந்தப் பரிச்சயமும் இல்லை. சின்னவயதில் கிணற்றில் குளிக்கும்போது தண்ணீர்ப் பாம்பொன்று உடலில் வாலை வைத்து நக்கி நீந்திப் புறமகன்றது. பாம்பின் வாலில் வாயும் இருக்குமென அப்போதெல்லாம் நம்பிக்கொண்டிருந்தேன். நக்கியதற்கே விஷம் பரவி விட்டதாய்க் கருதி மூர்ச்சையாகிவிட்டேன்.

முகைதீன் அண்ணன், கிணற்றடியில் தரையில்போட்டுத் தொப்புளைச் சூடுபறக்கத் தேய்த்து கைகால்களை நீவி விட்டபடி, “எல்லாப் பாம்பும் கடிக்காதுடே. சிலதுக்கு விஷமே இல்லை. சிலது சும்மா மிரட்ட மட்டும்தான் செய்யும். நம்ம மக்கள், அது சும்மா நாக்கை வச்சு செல்லமா தடவினாக்கூட விஷம்னு நெனைச்சு செத்துப்போறாங்க” என்றார். எனக்கு அப்போதும் பயம் அடங்கவில்லை. அவரோடு நடக்கையில், “எது விஷம்னு எப்படிக் கண்டுபிடிக்கறது” என்றேன். “இப்ப அதைத் தெரிஞ்சுக்கிட்டு என்ன பண்ணப் போற. விஷத்துக்கிட்ட குறுகுறுப்போட விரும்பிப் போகக்கூடாது. நம்மையறியாமல் நாக்கில பட்டுரும். ஒரு வகைல, நாமகூட பல நேரங்களில பாம்புமாதிரிதான். நாக்கால மட்டும் யாரையும் தீண்டிடக் கூடாது. நம்பிப் பக்கத்திலபோனா எதுவுமே விஷமில்ல. புல் பூண்டு, பூச்சின்னு யாரோட எல்லையிலும் கால் வைக்காத” என்றார். அப்போதும் சத்தமில்லாமல்தான் விலக நினைத்தேன்.

ஒரே எக்கில் அமர்ந்த நிலையிலிருந்து குரங்குபோலத் தவ்விக் குதித்து ஓடினால் மட்டுமே அதனிடமிருந்து தப்பமுடியும். அதுவோ என்னைக் கண்காணிக்கும் தலைமையாசிரியன்போல வால்நுனியில் பிரம்போடு படுத்துக் கிடந்தது. என் இடுப்பு உயரத்திற்கு ராஜ நாகத்தால் நொடிப்பொழுதில் சீறிக்காட்டிப் படமெடுக்க முடியும் என என் அறிதல் சொன்னது. அறிதலைப் பின்தொடரச் சொல்லிய பொழுதில், மெதுவாக எழுந்து குத்துக்காலிட்டு அமர்ந்து கண்களைப் பார்க்காமல் அதன் தலையைத் தாண்டியிருக்கும் வாசல் பகுதியில் என் கவனமெல்லாம் குவிந்தது. அதன் கண்களைத் தொட்டு விலகவும் செய்தேன். சாந்தமாகத்தான் என்னை உற்றுப் பார்த்துக்கொண்டிருந்தது. என்னைவிட்டு விலகவில்லை அதன் கண்கள். யாருடைய எல்லை இது? எல்லையின் மடியில் மறித்துப் படுத்துக்கிடப்பது எதனால்?

கிட்டத்தில் பார்த்த பாம்பனுபவமொன்று குடிலுக்குள் படர்ந்தது. கண்ணாடிவிரியன் கொத்தினால் துரிதமாக சிறுநீரகம் பாதித்துவிடுமாம். சிறுவனொருத்தன் என்னுடைய வீட்டினருகே விரியன் கொத்தி செத்துப் போனான். அவனை மருத்துவமனைக்கு எடுத்துக்கொண்டு ஓடினார்கள். மூன்று நாள் கழித்து அவன் செத்துப்போனதாகச் சொன்னார்கள். வீட்டிற்கு அவனைத் தூக்கிவந்தபோது நீலம் பாரித்திருந்தது அவ்வுடல். தலையைத் தூக்கி வெளியே பார்க்கச்சொன்னது எதுவோ. வெளிச்சம் விழுந்த வாயிலுக்கு வெளியே ஒரு கட்டுவிரியன், தலைகாய்ந்த பருத்தித் தூர்களிலிருந்து அடர்பச்சை நிறத்தை மடியில் ஏந்தியிருக்கிற சோளக் காட்டை நோக்கி ஊர்ந்துபோன காட்சி தொலைநோக்கி கொண்டு பார்த்தைப் போல அருகில் தெரிந்தது. பச்சையம் தேடிப் போனதோ? உடைக்காத சூடக்கட்டிகளைப் போல அதன் உடலில் தழும்புகள் சதுரங்களாய் மினுக்கிக் கொண்டிருந்தன. புல்லரித்து அடங்கியது எனக்கு.

ராஜநாகம் அப்படியில்லை. கடித்தவுடன் மரணம் வாயில் கதவிற்குள் நுழைந்து நாவை ஆட்டிவிடும். தடுத்தாலும், எதையும் கடந்து உள் நுழைந்துவிடும் மரணம். கதவைத் தட்டி அனுமதி கேட்கிற பழக்கமே இல்லை அதற்கு. என் காதுமடல்களில் வெப்பம் பரவியது. இரத்தம் பரவி அவை, சிவந்திருப்பதை என்னால் உணரவும் முடிந்தது. ரத்த ஓட்டம் உடலெங்கும் ஊடுருவி தலைநோக்கி மேலேறுவதை உணர்ந்தேன். அதன் கால்களிருந்த பக்கத்திலிருந்து தலைவரை கண்களை உயர்த்திப் பார்த்தேன். இருபத்தோறு வட்டங்களாக தன்னைத்தானே சுற்றி பீடம்போல, நிலத்தில் கட்டியிருந்த அரியணையிலிருந்து தலையை மட்டும் வெளியே தூக்கி நகர்த்தி அது படமெடுக்கத் தயாரானது. எச்சரிக்கையுணர்வு அதனதன் எல்லைகளில் பரவியது. செங்குத்தாக, தரைக்கும் கூரைக்குமான நடுவெளியில் ஒரு ஆள் நிற்கிற உயரத்திற்கு தலையைத் தூக்கி முகத்தை விரித்துக் காட்டியது. மஞ்சள் அப்பிய சூரிய காந்திப் பூ விரிந்தமாதிரி இருந்தது. எங்கேயோ இதுமாதிரியான ஒரு முகத்தைப் பார்த்திருக்கிறேனே? இளங்கா அத்தையின் முகமே அது என்பது முந்திக்கொண்டு வந்து நின்றபோது கண்களைச் சிமிட்டியது.

உடல் முழுக்க மஞ்சளைப் பூசிக்கொண்டு அலைவாள் அத்தை. முகத்திற்கு மட்டும் கூடுதலாக கைகளில் வஞ்சகமில்லாமல் அள்ளிப் போட்டுக் கொள்வாள். அவளது குளியலறையில் எப்போதும் மஞ் சள் வாசம் குடியிருக்கும். கீழே கிடக்கும் மொட்டைக்கல்லில் அவள் மஞ்சள் உரசும் தடம் நிரந்தரமாகிப்போனது. அவள் பாதம்பட்ட இடங்களில் மட்டும் மஞ்சள் நிரந்தரத் தடமாய் அப்பிக் கிடக்கும். மயிர்களடர்ந்த கொலுசணிந்த மஞ்சள் பூசிய பாதங்களைத் தூக்கி 'நங்'கென கல்லில் வைப்பாள். நீர்ச்சிதறல் சத்தத்தை மீறி, கொலுசு

மணியொலி வெளியே கேட்கும். வெறும் கல்லான அது அத்தையால் மஞ்சள் பூத்தது. "அம்மன் சிலையாட்டம் இவளை நினைச்சுக்கிறா. அம்மனோட மனுஷன் தாம்பத்தியம் பண்ணமுடியுமா? மஞ்சக்கிழங்கு வாங்கிக் குடுத்தே என் சொத்தெல்லாம் அழிஞ்சுரும்" என்பாள் அவளுடைய அம்மாவான என்னுடைய ஆச்சி.

பணிபுரியும் பள்ளிக்கு அடிக்கடி என்னை அழைத்துப்போவாள் அத்தை. மஞ்சள் வயிற்றினிடையே தொங்கும் நைலான் சேலைக் கொத்தைப் பிடித்துக்கொண்டு அவளோடு நடந்துபோகும்போது ஊர்ப் பார்வைகள் எல்லாம் கொதிக்கிற உலையின் மேலிருக்கும். உடலை மேய்ந்து வெறித்துப்பார்த்த கண்களுக்கே அத்தை இரையானாள். பெருமூச்சுச் சத்தம் பெருங்காற்றாய் காலமெல்லாம் பின்தொடர்ந்தது அவளை. அள்ளிப் பருகி அவளுடைய அழகை அனுபவிக்க மாமாவிற்குக் கொடுத்துவைக்கவில்லை. அவரது இரண்டாவது மனைவியே அத்தை. இளங்கா அத்தையைத்தான் மாமா முதலில் காதலித்தார்.

அசலூர்க்காரியை, வலுக்கட்டாயமாக அவரது விருப்பத்தைமீறி திருமணம் செய்துவைத்தனர். திருமணத்திற்கு முதல்நாள், புது வெள்ளை டெரிக்காட்டன் சட்டை போட்டுக்கொண்டு மாமா தலைவாசல் சுவற்றில் மரமொன்று சாய்ந்ததுபோல, தலையை வைத்து முட்டி முட்டி அழுதார். பாழடைந்த சுவற்றில் விழுந்த முட்டல் சத்தங்கள் தாத்தாவிற்கு கேட்கவில்லை. அவருக்கு தன் தங்கையின் தலைச்சன்பிள்ளையான இளங்கா அத்தையைப் பிடிக்கவில்லை. தங்கையின் குழந்தைகளில் அத்தையை மட்டும் தள்ளிவைத்து வேடிக்கை பார்த்தார் என நிறையக் கதைகளைச் சொல்வார்கள். அவள் வளர வளர தாத்தாவும் உள்ளொடுங்கி விலகிக் கொண்டார். தாத்தா போட்டிருந்த மனக்கணக்கின் கூட்டல், கழித்தலில் பிழையாகிவிட்டது என ஆச்சி சாவதற்குமுன்பு சொன்னாள்.

எங்கள் குடும்பத்தின் முதல் தற்கொலைக்குக் காரணமான அந்தச் சந்தேகம், செந்நிறப் பூரானைப் போல மாமாவின் மனதில் ஊற ஆரம்பித்த சமயத்தில், வீட்டிற்கு வெளியே அடித்த வெயிலில் அனலேறிக் கொண்டிருந்தது. வெளியே அழைத்துப் போய் லட்டு வாங்கிக் கொடுத்து, "அத்தையோட யாராச்சும் ஆம்பளையாளுக பேசுனாங்களா" என்பார். "அத்த தலையக்கூட நிமிர்ந்து பார்க்கமாட்டாங்க மாமா" என்பேன். "இவள பாத்துருப்பாங்கல்ல" என்று சொல்லிவிட்டு சிகரெட்டை ஊதி புகையை என்மேல் விடுவார். எனக்குப் பிடிக்கவே பிடிக்காத செய்கையது. குடும்பத்தில் எல்லோருக்கும் தங்களை நோக்கிக் கிளம்பிவரும் கரும் புகையைப் பற்றி தெரிந்திருந்தது.

ஆனாலும் அத்தை, மாமாவிடம் அறியாத ரகசியமொன்றை விடாப்பிடியாகத் தேடிக் கொண்டிருந்தாள். "குதிச்சுவந்து இடுப்பிலதான்

உக்காரணும் அவளுக்கு" என்பார் மாமா. தாலி கட்டாமலேயே இரண்டு பேரும் குடும்பம் நடத்துவதாக ஊருக்குள் அக்குருவமாகப் பேசினார்கள். "நம்ம பிள்ளைகள ஸ்கூலுக்கு அனுப்பினா, இவ எப்டீ ஒளிஞ்சு திரிஞ்சு சரசம் பண்றதுங்கறத சின்ன வயசுலயே கத்துத் தந்துருவா. பால் சொம்பத் தூக்கிக்கிட்டு உள்ள போறப்ப கத்துத் தர்றதுக்கு எதுவுமே மிச்சம் இருக்காது" என, பங்களா சுவற்றின் காதுபடவே ஓதினார்கள். அத்தை அரசாங்கப் பள்ளி ஆசிரியை என்பதால், சுற்றியிருக்கிற உஷ்ணத்திலிருந்து தப்ப, வேறு ஊருக்கு உடனடியாக மாற்றல் வாங்கிக் கொண்டாள். மாமா அங்கே வந்துபோவார். தாலியை கழுத்தில் போடுவதாகச் சத்தியம் செய்துவிட்டுப் போவதற்காக வருவாரோ? "கன்னி மஞ்ச மொகம்தான் அது. கயிறு ஏறிட்டா பூத்திரும்" என, மாமா திரும்பி ஊர் மீள்கையில் போடும் தளர்நடையைப் பார்த்து அந்த ஊர்ப்பெண்கள் குறிப்பறிந்து சொல்வார்கள்

மாமா வந்துபோன சமயமொன்றில்தான் அத்தை கிருஷ்ணாயிலை ஊற்றிக்கொண்டு எரிந்தாள். சித்திரை வெயிலில் முன்னெப்போதைக் காட்டிலும் அனல் தகித்தது. முன் மஞ்சள் விளக்குகள் உடைந்த இருட்டுக் கருப்பு அம்பாசிடர் காரில் வாழையிலையில் வைத்துக் கட்டி அவளைத் தூக்கிக்கொண்டு ஊருக்கு வந்தார்கள். முகம் மட்டும் கருகவில்லை. கரிய எரிந்த தேக்குக்கட்டையொன்றின் உச்சியில் மரப்பாச்சியின் மஞ்சள்பூத்த முகத்தைச் செதுக்கியிருந்தமாதிரி கிடந்தது உடல். வாசலில் காத்திருந்த ஆச்சி எழுந்து நின்று மாமாவின் சட்டையை கொத்தாகப் பிடித்து அடித்தாள். நிலக்கரியான உடலில் சிவப்புச் சேலையைச் சுற்றி முகம் மட்டும் வெளியே தெரிகிறமாதிரி வைத்து மஞ்சளை அப்பிப் படுக்கப் போட்டிருந்தார்கள். என்னை அருகிலேயே விடவில்லை. மனதிற்குப் பிடித்ததை காடு போகையில் தூக்கிக்கொண்டு போய்விடுவாளோ என்கிற பயம் குடும்பத்தைப் பிடித்து ஆட்டியது. பாடையில் தூக்கிக்கொண்டு போனபோது தலையைக் குலுக்கி ஆட்டினாள் அத்தை. "மிச்சம் வைச்சுட்டு போறாளே? காடு சேர மாட்டேங்குறா" என, தலையை கயிற்றைவைத்துக் கட்டினார்கள்.

பெருங்காற்றில் ஆலமரமும் ஆடத்தான் செய்யும். கழுத்திற்குக் கீழே அடித் தூர் இல்லாத அத்தை, அதற்குப் பிறகும் தலையைப் பலம்கொண்டு ஆட்டினாள். தலையை வைத்து அவளைத் தூக்கிக்கொண்டுபோன பல்லக்கை ஆட்டினாள். இடையில் என் கண்களைத் தொட்டு விலகினாள். பாதி மூடிய இமைக்குள் புள்ளியாய்த் தெரிந்த அந்த ஒற்றைக்கண்ணைப் பார்த்தேன். ஒளிரும் நீர்க் குமிழியொன்று உள்ளுக்குள் உருவாகியிருந்தது. எப்போதும் அத்தை என்னை இப்படித்தான் கண்களைச் சுருக்கிக் கொண்டு நீர்க்குமிழி இல்லாமல் பார்ப்பாள். அந்தக் கண்களில் சிரிப்பைத் தவிர வேறெதையும் பார்த்ததே

இல்லை என் சந்தர்ப்பங்கள். அப்படிப் பார்க்கையில் ஊதுவதுபோல உதட்டைக் குவித்துக்கொண்டு நெற்றியைச் சுருக்குவாள்.

மஞ்சள் பூசிய வட்டமுகத்தில் முளைத்திருக்கிற ரெட்டை பட்டாம்பூச்சிகள் அவை. நானிருந்த மணல் மேடைக்குக் கீழே உயர்ந்து நின்று, அரைப் படமெடுக்கிற அந்தப் பாம்பின் கண்களைக் கண்டு கொண்டேன். முற்றாக விரியவில்லை சூரியகாந்தி. அத்தையின் கண்கள் ஊதா நிறமாக மாறின. வாஞ்சையான சிரிப்பில்லை அதில். அவள் பணிபுரிந்த பள்ளியில் இலவசமாக மாணவர்களுக்குக் கொடுக்க வைத்திருந்த பயரியா பல்பொடி பொட்டலங்களை, தெரியாமல் திருடிப் பைக்குள் திணித்துக்கொண்டு வரும்போது அத்தை இப்படித்தான் முகத்தைச் சுருக்கி என்னை முறைத்துப் பார்த்தாள். கண்களை உடனடியாக தாழ்த்திக் கொண்டேன் அப்போது. என் கண்களுக்கு முன்னால் ஒரு தலை ஆடி உச்சந்தலையில் கொட்டுகிறமாதிரி ஒரு உணர்வு வந்ததும் அனிச்சையாக நிமிர்ந்து பார்த்தேன். 'என்னைப் பார்' கட்டளையிட்டாள் அத்தை.

கண்களை உற்றுப் பார்த்துக்கொண்டிருந்தபோது, "வெக்கையை இறக்கி வைக்கிற நேரம் கூடிவருகிறது. நிகழ்காலத்தை உணர். பின் தொடர்" என்றாள். எண்ணத்தை நெற்றிக்கூட்டில் பொதித்துக் கூர்ந்து கவனித்தேன். என்னைத் துரத்திவந்த ஒளிச் சித்திரங்கள் நின்றுபோயிருந்தன. என்னுடைய கவனம் கூடியிருந்தது. அத்தை தலையை ஆட்டுவதை நிறுத்தி என்னை நிதானமாக வேடிக்கை பார்த்தாள். என்னையறியாமல் மெதுவாக என்னுடைய தலையை ஆட்டி நுனிநாவை வெளியே நீட்டினேன். கருப்புப் பொட்டொன்று இருந்தது அதில். எப்போது வந்து ஒட்டிக்கொண்டது இந்தக் கருநாக்கு? "எங்கப்பன் சேனை வச்சுருக்கான். கருநாக்கு மட்டும் வந்திரவே கூடாது" என, அடிக்கடி என் நாக்கை நீட்டச் சொல்லிப் பரிசோதிப்பாள் அம்மா. படிப்படியாக ஊதா நிறம் அவளது கண்களில் மடிய ஆரம்பித்தது. கதவிற்கு வெளியிலிருந்து வெப்பத்தைத் துப்பிய வெளிச்சத்தைக் கண்களால் உறிஞ்சியபடி முகத்தை திருப்பி வைத்துக்கொண்டு சொன்னாள்.

"கடும்பனி முடிந்துவிட்டது. உயிர்ப்பிக்கிற வெப்பத்தைத் தேடிப் போ" என்றாள்.

"வெப்பத்தைப் பார்த்தது நினைவில் இல்லை. வெப்பம் என்பதை எப்படி உணர்வது? என் காது மடல்களுக்கு குளிரைத்தான் இப்போது அடையாளம்காணத் தெரியும். வெப்பத்தைக் காட்டு போகிறேன்" என்றேன்.

அத்தை மெதுவாக ஏறிவந்து என்னோடு கட்டிலில் படுத்தாள். வழக்கம் போல அவளுடைய வயிற்றில் முகத்தைப் புதைத்தபோது வெப்பம்

எனக்குள் ஏறி தன்னை அடையாளம் காட்டியது. கொதிக்கிற எரிமலை வாய்க்குள் கட்டிப்பிடித்துப் படுத்துக் கொண்டிருந்தோம். இருந்த காலம் எனக்கு உறைக்கவே இல்லை. மஞ்சள் வெப்ப ஓடையொன்றில் அத்தை முழங்காலில் மல்லாக்க என்னைப் படுக்கவைத்து நெஞ்சுக்கூட்டில் கொதிக்கிற எண்ணையை ஊற்றினாள். வானம் பார்த்த எரிமலையின் வாய்க்கு மேலே கருமேகம் எரிந்த தேங்காய்ச் சிரட்டையைப் போல கவிழ்ந்து நின்றது. அத்தை எழுந்து மேல்சேலையை வாயில் கவ்வி முடியை தூக்கிக் கட்டிக்கொண்டு படுக்கையைவிட்டு இறங்கியபோது நான் ஒன்றும் சொல்லவில்லை. அத்தையின் முதுகையே பார்த்தேன். கருப்பு மேலுடையில் வெள்ளை நிறம் வரி வரியாய் இருந்தது. அவள் முதுகை வெறித்துப் பார்த்துக்கொண்டிருந்தபோது அவள் சொன்னது மட்டும் என் நினைவில் இருந்தது.

“வெப்பத்தையும் வலியையும் நிகழில் உணரும்போது என்னைத் தேடி வருவாய்” என்று சொல்லிவிட்டு, தலையை ஆட்டிக்கொண்டே அவள் படியிறங்கி ஊர்ந்துபோனாள். அவள் போகிறவரை என்னால் சத்தம் எதையும் எழுப்ப இயலவில்லை. மஞ்சள் கிழங்கு வாடையை நுகர்ந்தபடி வாசல்படியை நோக்கி எழுந்து ஓடினேன். குடிலுக்கு வெளியே விரிந்து கிடந்த சோளக்காட்டிற்குள் இறங்கி வேகமாக ஓடினாள். அத்தையின் சேலைநுனியைப் பிடிக்க எல்லையை நோக்கி ஓடினேன். கண்ணாடி விரியன் படுத்துக் கிடந்தது அங்கே.

“ஏட்டி எளவெடுத்தவளே, திரும்ப வரமாட்டியா” எனப் பெருங்குரலெடுத்து அழுதேன். ஐந்து வயதுப் பையனாகிவிட்டிருந்தேன் அப்போது. அழுது முடிக்கிறவரை அமைதியாக இருந்த விரியன், என்னைப் பார்த்துக் கேட்டது:

“நீ எதுவாக இருக்கிறாய்.”

மூக்கில் ஒழுகிய சளியை வயிற்றில் இருந்து உருவிய வெள்ளைப் பனியனை வைத்துத் துடைத்தபடி அமைதியாக நின்றிருந்தேன்.

சோளக் காட்டிற்குள் இருந்து அத்தை கத்திச்சொன்னது காதில் சரியாக விழவில்லை.

பெயரை சொல்லச் சொன்னாளோ? பள்ளியில் சேர்க்கும்போது இப்படித்தான் என் பெயரைக் கேட்டபோது அத்தை தன்னை முந்திக் கொண்டு சொன்னாள். இப்போதும் அவள் சொன்னது ஐந்து வயதுப் பாலகனாக நின்றிருந்த எனக்குப் புரியவில்லை.

அந்த இடத்தைவிட்டு அகலாமல் அழுது ஆர்ப்பாட்டம் செய்த என் கண்களைப் பார்த்ததும் விரியனின் கண்கள் ஊதா நிறமாகின. அதைக் கண்டதும் என் பால்யம் மீண்டு நிகழிற்கு வந்தது.

"விருப்பமும் தேடலும் பிணைந்தால் வெப்பம் என்பது இயங்கியல் விதி. அனைத்தையும் தேடி உணர்கிற காலம் வந்துவிட்டது. நீ அசையாவிட்டாலும் காலம் இனி உன்னை அசைக்கும். காலம் உன்னைத் தேர்ந்தெடுத்துவிட்டது" என்றது விரியன். காலம் எதற்காக என்னைத் தேர்ந்தெடுத்தது? யோசனையுடன் திரும்பி நடந்தபோது மறுபடியும் வாழ்ந்து கடந்த ஒளிச் சித்திரங்கள் என் முதுகிற்குப் பின்னால் விரட்டிக் கொண்டு வந்தன. எண்ணத்தை எதன்மேலும் குவிக்க முடியவில்லை. குடும்பச் சாவுச் சித்திரங்கள் இடையறாது மோதி கபாலம் வெடிக்கத் துடித்தது.

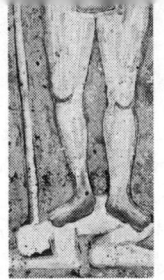

அத்தியாயம் 2

அத்தை முதலில் கொத்தியது மாமாவைத்தான். யாரும் எட்டிப் பார்த்தேயிராத அவளது படுக்கையறையில் இருந்து மிகச்சரியாக கலகத்தைத் துவக்கினாள். வாழ்ந்து கெட்டவர்களிடம் சகாய விலையில் அடித்து பிடுங்கிய அந்தப் பெரிய வீடு, படிப்படியாகச் சிதிலமடைவதை அதன் மடியில் கோலி விளையாடிக்கொண்டே வேடிக்கை பார்த்தேன். வீட்டிற்கு வெளியே பாம்பு விரலில் கோலிக்குண்டை இன்னொரு கை பாம்பு விரலால் இழுத்துப் பிடித்து, தூரத்தில் தெரிவதை குறிபார்த்துக் கொண்டிருக்கும்போது, வீட்டிற்குள் அத்தை வேறுமாதிரியாகப் பாம்பு விரலை விடுவித்தாள். தாத்தாவின் சாம்ராஜ்ஜியத்தை கொத்தாகப் பிடித்து உலுக்கியெடுத்தாள். வியாபாரத்தில் எப்போதுமே தோற்காத தாத்தா, பரமபத ஏணியில் சுண்ணாம்பைப் போல உதிர்ந்து விழுந்தார். அதற்கடுத்து, அவர் தொட்டது எதுவுமே துலங்கவில்லை.

தாத்தா அந்தப் பகுதியில் பெயரெடுத்த கமிஷன் மண்டி வியாபாரி. அவர் கைதொட்டு விற்காத பொருள்களே இல்லை. இரும்பு துவங்கி பழம் வரை கமிஷன் வாங்கி விற்றுக் கைமாற்றிவிடுவார். அதிகாலைகளில் அவரோடு சந்தைக்குப் போயிருக்கிறேன். சளசளவென்று பேசிக் கொண்டுபோகிற என்னுடைய காதை, அங்கிருக்கிற வியாபாரிகள் இழுத்துப் பிடித்து, "ரத்தினம் பேரனா இது? சிரிச்சா முத்து உதுந்துரும்னு சொல்ற தாத்தனுக்கும் சேர்த்து வச்சுப் பேசறானே. மொகறக்கட்டைய பாக்கையில வளந்தப்பறம் அவரை மாதிரியே இருப்பான்" என்பார்கள். தாத்தா சுருக்கமாக எந்த வியாபாரத்தையும் முடித்துவிடுவார். அவரைப் பொறுத்தவரை, இரண்டு வரியில் எதையும் முடித்துவிட வேண்டும். "ரெண்டு வரியிலயே ஆரம்பத்தில முடியாதது. அப்புறம் எப்பயும் படியாது" என்பார். அப்படித்தான்

ரெண்டு வரியில் ஆச்சியுடன் பேரம்பேசி நான்கு குழந்தைகளை கணக்கில்வைத்தார். "இத்தனை வருஷத்தில பேசறதை விடு. மனுஷன் மன்னிப்புன்னு ஒரு வார்த்தைய எப்பயும் கேட்டதில்லை. தட்டிக்கேக்க ஆளில்லாத தரிசாவே வளர்ந்து வாழ்ந்தும் முடிச்சிட்டார்" என்றாள் ஆச்சி பிற்பாடு. மூத்தவனை படிக்க வைத்து, ஸ்பிக் கம்பெனியில் அதிகாரி வேலைக்குச் சேர்த்துவிட்டார். இரண்டாவது பையனுக்கு மெக்கானிக் தொழிலில் ஆர்வம் என்பதால், ஒரு ஒர்க் ஷாப் வைத்துக் கொடுத்தார். இரண்டு பெண் பிள்ளைகளையும் அவருடைய தங்கையின் மகன்களுக்கே கட்டிக் கொடுக்க வேண்டும் என ஒற்றைக்காலில் நின்றார். மகன்களில் ஒருத்தனை மட்டுமே தங்கை வீட்டிற்கு தாரம் வார்க்கச் சபதம் போட்டிருந்தார்.

சின்ன வயதிலேயே அவருடைய பெற்றோர் இறந்துவிட்டதால் தாத்தா, அவருடைய தங்கையை மடியில் போட்டு வளர்த்தாராம். மடியில் கிடக்கிற குழந்தையை யாராவது கொஞ்சவந்தால் எரிச்சல்படுவாராம். தன்னுடைய தங்கைக்கு அடுத்தபடியாக எந்தப் பிள்ளைகளையும் அவர் மடியில் போட்டு வளர்க்கவில்லை. என்னை மட்டும் வெளியில் காட்டிக் கொள்ளாமல், அவர் நாடி தளர்ந்தபிறகு பொத்திப்பொத்தி கொஞ்சினார். சின்ன வயதில் அத்தைக்கு, அவளுடைய அம்மா கன்னத்தில் கருப்புச் சாந்துப்பொட்டு வைத்தால்கூட கத்துவாராம் தாத்தா. "பொம்பளப் பிள்ளைகள சீவிச் சிங்காரிச்சி தெருவுக்கு தூக்கி விட்டுராத" என்பாராம்.

தாத்தா வலுக்கட்டாயமாக வரைந்த எல்லைக் கோடுகளுக்கு நேரெதிராய் வளர்ந்தாள் அத்தை. அவளுக்கு எப்போதும் பூவைச் சூடிக் கொண்டு தெருவில் உலா வர ஆசை. அவளுக்கு கனகாம்பரத்தை, தெருக்காரர்கள் இலவசமாகவே கொண்டுவந்து தாத்தாவிற்குத் தெரியாமல் சூடிவிட்டுப் போவார்கள். தாத்தாவைப் பார்த்தால் இளங்கா அத்தை, தலையில் இருக்கும் கருப்பு ஹேர்பின்னோடு பூவைப் பிய்த்து எறிந்துவிட்டே அவரது பார்வை எல்லைக்குப் போவாள்.

தாத்தவின் தங்கைக்கு ஆணிரண்டு பெண்ணிரண்டு. தாத்தாவிற்கும் அதேமாதிரி நாலு. கல்யாணப் பேச்சு என்று வரும்போது இளங்கா அத்தையை மட்டும் கணக்கில் சேர்க்கமாட்டார் தாத்தா. "இளங்காவிற்கு மட்டும் வெளில மாப்பிள்ளை எடுத்திரலாம்" என, மனதளவில் விலகி விட்டார். தாத்தாவின் குணத்திற்குப் பயந்து யாரும் ஏனென்று கேட்கவே இல்லை. ஆனால் மூத்த மாமா, இளங்கா அத்தையைத்தான் கல்யாணம் செய்வேன் என முட்டி மோதிப் பார்த்தார்.

தாத்தா துணிந்து அந்த அநியாயத்தைச் செய்தார். மற்ற மூன்று பேருக்கும் தங்கை வீட்டில் சம்பந்தம் வைத்துக்கொண்டார். இளங்கா அத்தையை மட்டும் கைகழுவி விட்டு, "சொந்தத்தில செய்றதால வரிசைக் கணக்கெல்லாம் இல்லை" எனச் சமாதானம் சொல்லி

அந்தத் திருமணங்களை நடத்திமுடித்தார். ஊரே எதிர்த்தபோதும் ஒரே மேடையில் எல்லோருக்கும் திருமணம் செய்துவைத்தார். "ஒரே மேடைன்னா ஒன்னிரண்டு உருப்படாம போயிடுமே. அதிலயும் மூத்தவ வயிறு எரியுற மாதிரி செய்யலாமா" என்றார்கள் ஊர்க்காரர்கள். மூத்த மாமாவிற்கு அசலில் பெண்ணெடுத்து திருமணம் செய்துவைத்தார்கள்.

எல்லோருக்கும் தனித்தனியாக குடித்தனம் வைத்துத் தந்தார் தாத்தா. மாமாவின் வாழ்வு அசலில் சுகப்படவில்லை. அவருடைய கண்ணெல்லாம் அத்தையின் மஞ்சள் முகத்தில் இருந்தது. அடிக்கடி அத்தை இருக்கிற பக்கமாகவே சுற்ற ஆரம்பித்தார். ஊர் தூற்ற இரண்டுபேரும் இப்படி மறைந்து ஒளிந்து காதல் செய்வதைக் கண்டு தாத்தா கொதித்துப் போனார். விரும்பாத மணிப்புறாக்கள் கைகோர்த்துக் காடுகரைகளில் அலையும் காட்சிகள் தாத்தா அமர்ந்திருக்கும் நாற்காலிக்குக் கீழே வந்து விழுந்தன. பிரித்துவைத்தார்கள் மாமாவை. குடியில் விழுந்தார் அவர். மாமாவை நிதமும் வீட்டிற்குள் இருக்கிற பெரிய அறைக்குள் கட்டிப் போட்டு வைத்தார்கள்.

"பெரிய மனுஷன் கதையைச் சொன்னா சந்தி சிரிச்சுடும். ஒழுங்கு மரியாதையா அவர கழட்டிவிடுங்க" என, வாசலில் நின்றபடி ஒரேயொரு தடவை அத்தை கத்தியதை கோலி விளையாடியபடி பார்த்தேன். சுற்றிலும் உள்ளவர்கள் அப்போது வாசல் தெளித்துக் கொண்டிருந்தனர். எதிரே எழும்பிக்கொண்டிருந்த சூரியனின் வயிற்றில் செவ்வானம் திரண்டு வந்தது. என்னுடைய அம்மா வீட்டிற்குள் இருந்து வெளியே ஓடிவந்து அத்தையை கட்டிப்பிடித்துக்கொண்டு, "எங்கண்ணன் என்ன லூசா. எதுக்கு அவன கட்டிப் போட்டிருக்கீங்க" என, வீட்டின் முகப்பை பார்த்துக் கொண்டு கத்தினாள். நான் ஓடிப்போய் இருவரது கால்களையும் கட்டிப்பிடித்துக் கொண்டேன். அத்தை என் தலைமுடியைக் கோதி விட்டபடி அரண்மனை வீட்டைப் பார்த்து அழுதாள்.

தாத்தாவே மாமாவின் மனதில் விஷத்தை இறக்கிவைத்தார். "அழகானவள சுருக்குப் பையில போட்டு ஒளிச்சு வச்சுக்கிட்டே அலைய முடியாது. செவந்த கோவப்பழத்த பறவைங்க கட்டாயமா கொத்திச் சாப்பிட்டுரும்" என, நஞ்சை விரித்து வார்த்தைகளால் இறுக்கினார். மாமா விழுந்துவிட்டார் அந்த வலையில். தாத்தா பெருந்தன்மையாக மாமாவை அவிழ்த்துவிட்டார். மாமா அத்தையைப் பார்க்க ஓடினார். இந்தமுறை அவர் வேவு பார்ப்பதற்காக ஓடினார்.

அத்தை செத்த இரண்டாவது வருடத்தில் மாமாவிற்கு சித்தம் கலங்கி விட்டது. அமைதியாக அமர்ந்திருக்கும் அவர், யாரும் எதிர்பார்க்காத நேரத்தில் தெருவில் அம்மணமாக இறங்கி ஓடுவார். கள்ளிச்செடிகளில் விழுந்து புரண்டு உடலெங்கும் காயங்களோடு, யாராவது கொடுத்த துண்டை இடுப்பில் அணிந்துகொண்டு அமைதியாகத் திரும்பிவருவார்.

மாதத்திற்கு ஒருமுறையாவது இப்படி ஓடிப்போய்த் திரும்பிவருவார். அசிங்கத்திற்குப் பயந்துகொண்டு பல நேரங்களில் வீட்டில் கட்டிப் போட்டார்கள். காடாறு மாதம் நாடாறு மாதம் என்பதைப் போல, சிலசமயங்களில் பொட்டாட்டம் அமைதியாக இருப்பார். திரும்ப வேலைக்குப் போகிறேன் என்றுகூடச் சொல்வார். அம்மாதான், அங்கே இருந்தால் செத்துப் போய்விடுவான் என்று சொல்லி, அவர் சாந்தமாக இருந்த சமயமொன்றின்போது எங்களது வீட்டிற்கு அழைத்துவந்தாள். மந்திரிப்பதற்காக பாலநாகமணி அம்மாவை அழைத்துவந்தார்கள். எங்களுடைய தெருவில் அவருக்குத்தான் சாமி வரும். சேலையை மார்பிலிருந்து உதறிவிட்டு சாமியாட ஆரம்பிப்பார். குட்டிப் பாம்புகள் போல தங்கச்சங்கிலிகள் மண்ணில் புரள, வீட்டு முற்றத்தில் உஸ்ஸென சத்தம் போட்டுக்கொண்டு உருள்வார். மாமாவின் முகத்தைப் பார்த்தவுடன், “எப்பிடிப் பொத்தி வச்சாலும் அவ வந்து கொத்திருவா” என்றார். நடுஜாமத்தில் எழுந்து உட்கார்ந்துகொண்டு எல்லோருடைய கழுத்தையும் நெறிக்கவருவார் மாமா. என்னைக்கூட அப்படி நெறிக்க வந்ததைப் பார்த்தபிறகு, அம்மா மனதைக் கல்லாக்கி அவருடைய வீட்டில் ஒப்படைத்துவிட்டு அழுதுகொண்டே திரும்பிவந்தாள். தனிக்குடித்தனம் இருந்த வீட்டில் அந்த அத்தையையும் மாமா கழுத்தை நெறிக்கப் போயிருக்கிறார். பொறுத்துப் பார்த்த அந்த அத்தை, பிறந்த வீட்டிற்கு பெட்டி படுக்கைகளைக் கட்டிவிட்டது. பாலநாகமணி சொன்ன சில மாதங்களிலேயே மாமா தூக்கில் தொங்கினார்.

ஆச்சி அப்போது உறைமோர் வாங்குவதற்காக வெளிக்கதவைத் திறந்து, “எளவெடுத்த நேரம். வச்சுருந்த உறைமோரும் திரிஞ்சிருச்சு” என புலம்பிக்கொண்டே இன்னொரு வீட்டிற்குப் போயிருக்கிறார். போகும் போது, “எம்மா உண்ட்ட ஒண்ணு சொல்லணும்” என மாமா சொன்ன போது, ”இருடா வர்றேன்” என ஆச்சி அதைக் கடந்து போய்விட்டாள். ஆச்சி வருவதற்குள் மாமா தூக்குப் போட்டுக் கொண்டார். “என்னமோ சொல்றேன்னு எம்புள்ளை செத்த நேரத்துக்கு முன்னாடி சொல்லுச்சே” என ஆச்சி, மகனைச் சாத்திவைத்திருந்த மரநாற்காலியின் காலைப் பிடித்துக்கொண்டே மாரடித்து அழுதாள். “எதைடா பொத்தி வச்ச” என அழுதுகொண்டே ஆச்சி, மாமாவின் மடித்துவிட்ட கால்சட்டைச் சுருளிற்குள் இருந்து துண்டுக் காகிதமொன்றை எடுத்ததை தூரத்தில் இருந்து பார்த்தேன். ஆச்சி அவசரமாக எழுந்து வெளியேபோனாள். அதற்குமேல் அப்போது எனக்கு விவரம் தெரியவில்லை.

மாமா செத்த அடுத்த இரண்டு வருடத்தில் இரண்டாவது மாமா, என்ன காரணம் என்றே தெரியாமல் கயிற்றில் தொங்கி தற்கொலை செய்து கொண்டார். சந்தோஷமாக தாத்தா வீட்டுத்

திண்ணையில் அமர்ந்து பேசிக்கொண்டிருந்தவர், "இருங்க, இந்தா தண்ணி குடிச்சிட்டு வர்றேன்" என்று உள்ளே போயிருக்கிறார். சத்தம் கேட்டு எல்லோரும் உள்ளே ஓடிப் போய்ப் பார்த்திருக்கிறார்கள். உருட்டிவைத்த நைலான் சேலை, கழுத்துச் சங்கை பெருஞ்சத்ததுடன் இவர்கள் போவதற்குமுன்பே உடைத்துவிட்டது. நாக்கு தொங்கி மாமா தூக்கில் தொங்கினார். தாத்தா தொங்கியபோதும் நாக்கு இதேமாதிரிதான் இருந்தது. தாத்தாவின் நாக்கு இரண்டு ஆண் மகவுகளையும் பழிவாங்கியது.

தாத்தா சாவதற்கு முந்தைய நாள், என்னை மடியில் கிடத்திக்கொண்டு ஆழ்ந்த யோசனையில் இருந்தார். அந்த குடும்பத்துக் கிளையிலேயே ஒரே ஆண் வாரிசு என்பதால் பதினோரு வயதுவரை என்னை மடியில் போட்டுத்தான் வளர்த்தார். விடுமுறைக்குப் போன சமயத்தில், அப்படிப் படுத்துக்கொண்டிருந்த என்னிடம் "பெரிய மாமா வெளீல கூப்ட்டு போறப்ப ஏதாச்சும் சொன்னானா?" என்று கேட்டபோது தூக்கமில்லாமல் இருண்டிருந்தது தாத்தாவின் முகம். இல்லையென்று தலையை அசைத்தேன். மறுநாள் நான் போன்விட்டா குடித்துக் கொண்டிருந்தபோது அம்மா பெருங்குரலெடுத்து கத்துகிற சத்தம் கேட்டது. சண்டைகளின் போதே அவள் அப்படிக் கத்துவாள். எழுந்து உள்ளே ஓடினேன். தாத்தாவின் காலைத் தூக்கிப் பிடித்துக்கொண்டு அம்மா 'யாராச்சும் வர்றீங்களா' எனக் கத்தினாள். நான் ஓடிப்போய் தாத்தாவின் காலைக் கட்டிப் பிடித்துக்கொண்டு திரும்பிப் பார்த்தபோது, நிலைப்படியில் நின்று ஆச்சி அந்தக் காட்சியை வேடிக்கை பார்த்துக் கொண்டிருந்தாள்.

தாத்தா செத்த வீட்டில் ஆச்சி அழவே இல்லை. வம்பாடுபட்டு வளர்த்த பிள்ளைகளை தூக்கிக்கொடுத்ததன்பொருட்டு, அழுதழுது கண்ணீர் வற்றி விட்டது என்று இழவிற்கு வந்தவர்கள் பேசிக் கொண்டார்கள். தாத்தாவை இருத்திவைத்திருந்த நாற்காலிக்கு மேலே இளங்கா அத்தையின் படத்தை யாரோ மாட்டிவைத்து அதற்கு ஊதுபத்தி பொருத்தி வைத்திருந்தார்கள். மடியில் படுத்திருந்த என்னுடைய தலையை ஆச்சி உயர்த்திப் பிடித்து அத்தையின் புகைப்படத்தைக் காட்டி, "இவள கும்பிட்டுக்கோ. அவ கால்ல விழறதத் தவிர உனக்கு வேறவழியே இல்ல" என்றாள். ஆச்சி சாகிறவரை இதைச் சொல்லிக்கொண்டே இருந்தாள். என்னை இழுத்துக் கொண்டு கோயில் கோயிலாக ஏறி இறங்கினாள். வேடன் வேடத்தி கோவிலுக்கு மொட்டைபோட வேண்டுதல் இருப்பதாக போகும் போதெல்லாம் சொல்வாள். வளர்ந்தபிறகு மொட்டைபோட கூச்சப் பட்டுக்கொண்டு, "காலேஜ்ல எல்லாரும் கிண்டலடிப்பாங்க" என ஆச்சியிடம் இருந்து தப்பித்து ஓடுவேன்.

ஆச்சி படுக்கையில் இருந்தபோது தலையணைக்கடியில் இருந்து அந்தக் கடிதத்தை எடுத்துக் காட்டினாள். பழுப்பேறியிருந்த அந்தக் கடிதத்தை இத்தனை ஆண்டுகள் கழித்தும் அப்படியே வைத்திருந்தாள். பல துண்டுகளாக மடிக்கப்பட்ட அந்தக் காகிதத்தை விரித்தபோது, முட்டை முட்டையாக மாமாவின் கையெழுத்து தெரிந்தது. பென்சிலைக் கொண்டு நுணுக்கி எழுதியிருந்தார். கழிவறைக்குள் வந்தமர்ந்து அந்தக் கடிதத்தைப் படித்தேன். காலப்போக்கில் அதில் பாதி எழுத்துகள் மறைவதன் முதல் படியில் நின்றிருந்தன. மாமா, நீளமாக அவருடைய அம்மாவிற்கு அந்தக் கடிதத்தில் பல்வேறு குடும்பச் சம்பவங்கள் குறித்து எழுதியிருந்தார்.

மாமா குடியில் இருந்த சமயத்தில் தாத்தா, “வேண்டாம்டா, அவளப் பாத்தா யாருக்குமே படுக்கணும்னு தோணிடும். தூக்கிவளர்த்த நான் மட்டும் மிச்சமா என்ன?” என்று சொல்லியிருக்கிறார். மாமா மனதில் இதைவைத்துக் குமைந்துகொண்டிருந்தார். ஒருகட்டத்தில், பெருங்குடியில் மனம் வெடித்து அத்தையிடம் வார்த்தைகளைக் கொட்டி விட்டார். “எங்கப்பன்கூடயும் படுத்திருக்கலாம். இதுமாதிரி எத்தனை பேர்ட்ட படுத்துட்டு கமுக்கமா இருக்கியோ?” என, மாமா வீசியெறிந்த வார்த்தைகளை அத்தையால் பொறுத்துக்கொள்ள முடியவில்லை.

தர்மசங்கடத்துடன் ஆச்சியின் முன்னால் அமர்ந்திருந்தபோது என் கைகளைப் பிடித்துக்கொண்டு “உன் தாத்தன் அவளை விரட்டுனது நிஜம். நானும் பாத்துக்கிட்டுதான் இருந்தேன். ஆனால் அவ மனசில்லாம யார்ட்டயும் பிடிகொடுக்கமாட்டா. உங்க மாமனக்கூட பக்கத்தில விடல. உன் மாமனத் தவிர வேற யார்ட்டயும் அவ மனச கொடுக்கல. உன் தாத்தன் மொத்தமா கருவறுத்துட்டாரு. வாழ நெனைச்சவள பருந்து மாதிரி சுத்தியே நாக்கால கொத்திட்டாரு. அவ திருப்பிக் கொத்தாம விட மாட்டா. பாசமா, பழியான்னு கேட்டா, பழிதான் முந்திக்கிட்டு வந்து நிக்கும். அதான் இயற்கை. அவளைக் கும்பிடறதத் தவிர வேற வழியே இல்ல உனக்கு” என்றாள் ஆச்சி. எனக்கு மொட்டை போட வேண்டும் என்கிற ஆசை நிறைவேறாமலேயே ஆச்சி செத்துப்போனாள். அதற்குப் பிறகு பயம் ஒரு பாம்பைப் போல பின்தொடர ஆரம்பித்தது என்னை.

அத்தியாயம் 3

என்னுடைய வாழ்வில் பார்க்காத வெப்பமில்லை. வெப்ப மண்டலக் காட்டில் வளர்ந்த கள்ளிச்செடிதான் நான். தாத்தாவின் வீடு செதில் செதிலாக வெடித்துச் சிதறிக்கொண்டிருந்தபோது, அதிலிருந்து பிய்த்து எறியப்பட்ட சிறு செங்கல் நடுத்தெருவில் விழுந்தது. தாத்தா இருந்தவரை கஷ்டம் என்றாலே என்னவென்று எனக்குத் தெரியாது. தாத்தா, என்னுடைய அப்பாவிற்கு நிறையக் கொடுத்து உதவினார். மாமாக்களின் சாவிற்கு அடுத்து தாத்தா மெதுவாக அப்பா பக்கம் நெருங்கிவந்தார். ஆனாலும் மருமகனுக்குண்டான மரியாதையை அளித்து அப்பாவை அவர் மதித்ததே இல்லை. எங்கேயுமே அவர், அப்பாவை தங்கை மகன் என்று அறிமுகப்படுத்தி வைத்ததே இல்லை. “தனலட்சுமி வீட்டுக்காரரு” என்று போகிறபோக்கில் சொல்லிவிட்டு, வேறு சொல்லிற்குத் தாவி விடுவார். எல்லாப் பிள்ளைகளையுமே அவர் அப்படித்தான் நடத்தினார் என்கிற போது அப்பா மட்டும் விதிவிலக்கா என்ன?

ஏதோ ஒருவகையில் தாத்தா அப்பாவிற்கும் அப்பாவைப் போலத்தான். கைக்குழந்தையாக இருந்த அப்பாவை இடுப்பில் தூக்கிக் கொண்டு அவரது அம்மா, தாத்தா வீட்டு வாசலில் வந்து நின்றுகொண்டு, “போக்கத்தவனுக்கு கெட்டிக் குடுத்துட்டு வேடிக்கை பாக்கறியா. பிள்ளைகள பிச்சையெடுத்துப் பாக்க வைக்கிறதுல உனக்கு அப்படி ஒரு சுகம்” என்றாராம். தாத்தா நொறுங்கிப்போய் வெளியே ஓடி வந்து விட்டார். தூறிக் கொண்டிருந்திருக்கிறது அப்போது. தலையை துவட்டச் சொல்லி குழந்தையைத் தூக்கி திண்ணையில் போட்டிருக்கிறார். எல்லாப் பிள்ளைகளையும் வரிசையாகக் கொண்டுவந்து திண்ணையில் போட்டு விட்டு காலை நீட்டி அமர்ந்துவிட்டார் தங்கச்சிக்காரி.

தாத்தா, திண்ணையைக் கடந்து தெருவிற்குள் இறங்கிப்போகிற வரை எல்லோரும் ஒருக்களித்து முகங்களை சுவற்றுப்பக்கம் காட்டிக்கொண்டு படுத்திருப்பார்கள். எகிறிக் குதித்து யாரும் அவரது தோளில் ஏறியதேயில்லை. தோளில் ஏறினாலும் தட்டிவிட்டுப் போய்க்கொண்டே இருப்பார் தாத்தா. முறைவைத்து தின்பண்டங்களை மட்டும் அந்தத் திண்ணையில் வியாபாரத்தை முடித்துவிட்டு வருகையில், பொத்தென போடுவார். அப்பா, அந்த தின்பண்டத்தைத் தின்பதற்காகவே தாத்தாவிடம் அடங்கிப்போனார். என் அப்பாவைத் தவிர, அந்தக் குடும்பத்தில் இருக்கிற மற்ற எல்லோருக்கும் பெண் குழந்தைகள்தான் பிறந்திருக்கிறார்கள் என்பதால் அப்பாமீது மட்டும் அவருக்குக் கூடுதல் மதிப்பு.

வியாபாரம் நொடிக்கிறவரை எல்லோருக்கும் நன்றாகத்தான் செய்முறைகள் செய்துகொண்டிருந்தார். அம்மா, தாத்தா வீட்டிற்குச் சென்று திரும்பும்போதெல்லாம் கூடை நிறைய கிளிமூக்கு மாம்பழங்களைக் கொண்டுவருவாள். ஒரே பேரன் என்பதால் என்னைக் காட்டியே எல்லோரும் எல்லாவற்றையும் பெற்றார்கள். நான் பிறந்த அன்று பேரனுக்கு கொசு கடிக்கக்கூடாது என்றுசொல்லி வாங்கித் தந்த மின்விசிறியைத்தான் அப்பா நான் வளர்ந்தபிறகும் பயன்படுத்திக் கொண்டிருந்தார். அது என்னுடைய தாத்தா வாங்கித் தந்த மின் விசிறி என்பது எனக்கு கல்லூரிப் போனபோதுதான் தெரியும். அதைத்தான் ஹாஸ்டலில் வைத்துக்கொள்ள, இந்தக் கதையைச் சொல்லிக் கொடுத்து அனுப்பினார். பழசானாலும் விடாமல் சுற்றும் வேகம் கொண்டது அது.

என் தாத்தாவின் மறைவிற்குப் பிறகு அந்த வீடும், தூரத்தில் ஒரு பத்து ஏக்கர் வானம் பார்த்த பூமி மட்டுமே மிஞ்சியது. அவரது கொடுக்கல் வாங்கல்களைப் பற்றி யாருக்கும் எதுவும் தெரியவில்லை. அந்தச் சொத்தையும் யாரும் துர்சாவுகளின் காரணமாகப் பிரித்துக்கொள்ள விரும்பவில்லை. சாவு என்பதைத் தாண்டி எல்லோரது குடும்பத்திலும் ஏதாவதொரு அகலாச் சிக்கல் காலைப் பிடித்துத் தொங்கியது. ஒட்டுமொத்த குடும்பமும் அதிலிருந்து விடுபட கோவில் கோவிலாக ஏறியிறங்கிக் கொண்டிருந்தது. அவர் எவ்வளவு சம்பாதித்தார்? யாரிடம் கொடுத்து வைத்தார்? யாரையாவது ஏமாற்றினாரா? யாரிடமாவது ஏமாந்தாரா? என யாருக்கும் தெரியாது. தாத்தா கொடுத்த மின்விசிறி என்மீது மட்டும் குளிர்காற்றை வீசியது. படித்து முடித்தபிறகு எடுத்துக்கொள்கிறமாதிரி அவர் போட்டுவைத்திருந்த கொஞ்சம் அதிகமான அளவு வைப்புத் தொகையின்வழியாகவே படித்து முடித்தேன். தாத்தாவுடன் கமிஷன் மண்டிக்கு கணக்கு எழுதுகிற வேலைகளுக்குப் போய்க்கொண்டிருந்த அப்பா, லோடுமேன் வேலைக்கு முதன்முறையாக போனபோது அம்மா தெருவில் ஒத்தைப்பனை மாதிரி நின்றுகொண்டிருந்த மின் விளக்கின் அடியில் அமர்ந்து

அழுதாள். என்னை விடக்கூடாது என்று நினைத்த இடத்திற்கு மதியம் அப்பாவிற்கு சோறு கொண்டுபோனேன்.

உச்சிவெயிலில் ஒரு லாரிக்கு அடியில் துண்டை விரித்துப் படுத்திருந்தார். என் சத்தம் கேட்டதும் கையை மண்ணில் ஊன்றித் தவழ்ந்து, லாரிக்கு அடியில் இருந்து பாம்புமாதிரி உருவிக்கொண்டு வெளியே வந்தார். "அப்பாவுக்கு பழக்கமில்லைல. அதான் கொஞ்சம் கெறங்கிட்டேன்" என்று சொல்லிவிட்டுச் சிரித்தபோது வெயில் வரைந்த உப்புக் கோடுகள் வரிவரியாய்ப் பரவி அவர் முகமெங்கும் உப்பரிந்திருந்தது. அங்கே உடலில் பரவிய வெயில், வாழ்க்கை முழுவதும் அவரைச் சுழற்றியடித்தது. நன்றாகக் காலூன்றி நின்று தன் பையன் தன்னை அந்த இருட்டடியில் இருந்து இழுத்து வெளியேபோடுவானென நம்புகிறார்.

"பெட்டிக்கடை போட்டுப் பொழச்சுக்கோங்க. அடிவயிறு கலங்குது" என, ஆச்சி பாம்படத்தை கழற்றிக் கொடுத்தாள். எட்டு அறைகள் கொண்ட அந்த வீட்டில் கடைசியாய் ஆச்சியின் தனிச்சொத்தாய் அதுதான் மிஞ்சியது. ஆச்சி சாகிறவரை அந்த வீட்டில் இருந்து வெளியேற மறுத்துவிட்டாள். ரகசியங்களை சுருக்குப்பையில் முடிந்துவைத்திருக்கும் அவள், அந்த வீட்டில் நிலைப்படிகளில் தடுக்கி விழாமல் நடந்துகொண்டிருப்பாள். யாரையும் அவள் அந்த வீட்டிற்குள் தங்குவதற்கு ஏனோ அனுமதிக்கவே இல்லை. போய்ப் பார்த்துவிட்டு வரமட்டும் அனுமதிப்பாள். நான் ஒருத்தன் மட்டுமே அந்த வீட்டில் சர்வ சுதந்திரமாகப் புழங்கிக் கொண்டிருந்தேன். வெயில் காலங்களில் வெக்கை உக்கிரமாய் அந்த வீட்டிற்குள் புகுந்து வெளியேறும். அப்படி ஒரு வெக்கை காலத்தில், அந்த நிலப் பத்திரங்களை என் கையில் ஒப்படைத்தாள் ஆச்சி. "உன் தாத்தன் யாருக்குமே நேர்மையா இல்லை. ஆனா உன்மேல பாசம் வச்சதில நேர்மையா இருந்தான்" என்றாள். "நிலமொண்ணு இருக்கு. அங்க நான் உன்ன கூட்டிட்டுப் போறேன். நான் இல்லாம நீ எந்தச் சூழ்நிலையிலும் அங்க போகாத" என, தாத்தா சாவதற்கு முந்தைய சந்தர்ப்பமொன்றில் சொன்னது ஞாபகத்திற்கு வந்தது. நன்றாகச் சம்பாதித்து தாத்தாவிற்கு அங்கே ஒரு நினைவிடம் கட்ட வேண்டும் என அடிக்கடி எல்லோரிடமும் சொல்லிக் கொண்டிருப்பேன்.

பொதுச்சொத்து அது என்பதால், அதை என்னால் ஒன்றும் செய்து விட முடியாது. எங்கள் யாருக்கும் அந்தச் சொத்தை தொட்டுப் பார்க்க விருப்பமும் இல்லை. ஒரே பையன் நான் என்பதால் அதில் பலருக்கு உறுத்தலும் இல்லை. வைத்து அனுபவித்துக்கொள்ளலாம் அதை. ஆனால் உரிமை கொண்டாடிவிட முடியாது. என் தாத்தா என்னை உரிமை கொண்டாடியதாலேயே அந்த உரிமையும்கூட கிடைத்தது. மலையடிவாரத்தில் இருக்க வேண்டும் என்பதற்காகவே தாத்தா வாங்கிப் போட்ட நிலம்.

கடைசிக் காலத்தில் அங்கே போய் உறங்கநினைத்தார் தாத்தா. எதை நட்டாலும் வளராத அந்தக் கட்டாந்தரையை முதல் தடவையாக திடீரென எதுவோ தூண்டியதால் பார்க்கப்போனேன். "உங்க தாத்தா ஆசையாய் சந்தை விலையைவிட அதிகமா கொடுத்து வாங்கிப்போட்டது" என்றார் ஒருத்தர் வந்து நின்று. எனக்குத் திருமணம் நிச்சயிக்கப்பட்டபிறகு அப்படிப் போனபோதுதான் அந்த விசித்திர உணர்வை அடைந்தேன். எனக்குள் ஏற்பட்ட மாற்றங்களைப் பற்றி யோசித்தபடி, செம்போத்து பறவையொன்றை பார்த்துக் கொண்டிருந்த என்னைத் தட்டி எழுப்பிய பக்கத்துத் தோட்டத்து சமுத்திரக்கனி, "என்ன தம்பி, வெயில் அடிக்கிறதுகூட உறைக்கலீயா. கொஞ்சம் தள்ளிப்போய் நிழல்ல உக்காருங்க" என்றார். சந்தேகம்கொண்ட அவரது முகத்தைப் பார்த்தபடி எழுந்து நடந்தபோது வெயில் உறைக்கவில்லை என்பது உறைத்தது. வம்படியாய்ப் போய்க் கத்தரி வெயிலில் அமர்ந்திருக்கும்போதுகூட உள்ளுக்குள் வெப்பம் பரவவில்லை. ஒரு துளி வியர்க்கவில்லை. சட்டென உடலில் இருந்து எல்லாமே உருகி வழிந்தோடிவிட்டதாக ஒரு எண்ணம் குளிர்ச்சியாய் உள்ளுக்குள் பரவியது. கூடவே சித்திரை மாதமிது என்கிற எண்ணமும் எழுந்தது.

ஓடிப்போய் கோவிலின் மலை படிக்கட்டில் உச்சிவெயிலில் போய் அமர்ந்து சோதித்துப் பார்த்தேன். சுடுகிறது என்கிற உணர்வு இருந்தது. ஆனால் சுடவில்லை. வயிற்றில் கைவைத்துப் பார்த்தேன். குளிர்ச்சியாக இருந்தது. இறங்கி நடந்துவந்தபோது எதிரே சில மலையாளப் பெண்கள் படியிறங்கிக் கொண்டிருந்தார்கள். வழக்கமாக, இதுமாதிரிப் பெண்களை தற்செயலாகப் பார்க்கும்போதே, உடலில் சூடு ஏறுவதை உணர்வேன். அன்றைக்கு எனக்கு ஒன்றுமே தோன்றவில்லை.

கோவில் என்பதால் அப்படி இருக்கலாம் என சமாதானம் செய்துகொண்டேன். தரையில் எந்தப் பெண்களையும் பார்க்கத் தோன்றவேயில்லை. பெண்களை உற்றுப் பார்ப்பது என் இயல்பல்ல. சின்னவயதில் இருந்தே பெரும்பாலும் தலையைக் குனிந்துகொண்டே நடப்பேன். அதிலும் பெண்களைக் கண்டால், ஊர் உற்றுப் பார்த்ததால் செத்துப்போன அத்தை நினைவிற்கு வருவாள். இப்போது அத்தையின் ஞாபகம் சுத்தமாக என்னிடம் இல்லை என்பதை உணர்ந்தேன். என்னையறியாமல் வழக்கத்தைமீறி வீம்பிற்கு எல்லாப் பெண்களையும் ஆவல்கொண்டு பார்க்க ஆரம்பித்தேன். பெண்களின் மார்புகளை வெறித்துப் பார்த்தேன். எனக்குப் பிடித்தமாதிரி வட்டமுலை கொண்ட பெண்ணொருத்தியை வெறித்துப் பார்த்ததைக் கண்டு அவள் விலகி ஓடினாள். அப்படிப் பார்ப்பது தவறென்று புத்தி அழுத்தமாகச் சொன்னாலும், என்னால் கண்களைத் தாழ்த்த இயலவில்லை.

எனக்குப் பிடித்த மார்பொன்றை கற்பனையில் கொண்டுவந்து பார்த்தேன். சித்திரம் துலங்கி வரவில்லை. எப்படிச் சிந்தித்தும் காமம் எனக்குள் பூக்கவில்லை. வியர்த்துப்போனது எனக்கு. அடிவாரத்தில் அறையொன்றை எடுத்து மொபைலில் செக்ஸ் வீடியோக்களை புதிதாகத்

தரவிறக்கி உற்றுப்பார்க்க ஆரம்பித்தேன். பெண்ணொருத்தியின் கன்னத்திலிருந்து மார்பிற்கு நகன்ற ஒளிக்காட்சி அது. ஒன்றும் எனக்குள் நடக்கவில்லை. பெண்ணொருத்தியின் கால்களை அகட்டி, முகம் புதைத்து வயிற்றிலிருந்து மார்பு வரை முன்னேறிய காட்சி ஒன்றைப் பார்த்தேன். சலனமற்றுக் கிடந்தது மனம். முதலிரவுக் காட்சிகள் என்று தேடிப் பார்க்கையில் கொட்டிக் கிடந்தன அவை. மலையாளப் பெண் ஒருத்தி, வலிய வந்து உடைகளை ஒவ்வொன்றாகக் களைந்து காட்டினாள். சிவப்பு நிற உள்ளாடைகளுடன் நின்றுகொண்டு தன் மார்புகளை அவிழ்த்துக் காட்டி, மார்புக் காம்புகளை திராட்சையை செய்வதைப்போல உருட்டிக் காட்டினாள். எப்போதும் படுக்கையில் செய்யவிரும்புகிற செய்கை அது. அந்தப் படங்களைப் பார்க்கும்போதே மனம் வெட்ட வெளியில் தறிகெட்டுச் சுற்றிக்கொண்டிருந்தது. ஆர்வம் கூடி வரவில்லை.

எல்லாவகை போக உறவுக் காட்சிகளையும் போட்டுப்பார்த்தும் துளியும் என்னால் மேலேறி வர முடியவில்லை. ஒரு பெண்ணை ஒருத்தன் மார்பு, வயிறு என்று எல்லா இடங்களிலும் கடிக்கும் காட்சி ஒன்றைப் பார்த்தேன். முனகிக்கொண்டிருந்த அந்தப்பெண், அடிவயிற்றை தூக்கிக் காட்டி அங்கே மேலும் மேலும் கடிக்கச் சொன்னாள். என் மார்புக் காம்புகளை வலிக்கிறமாதிரி கிள்ளிப் பார்த்தேன். என் அடிவயிற்றை மெல்லமாக வருடிக் கொடுத்தேன்.

குளியலறையில் சம்போகம்கொள்ளும் காட்சி ஒன்றைப் பார்த்துக் கொண்டே வெந்நீர் போட்டுக் குளித்தேன். கண்களை மூடிக்கொண்டு என் தோள்பட்டைகளை அந்தப் பெண்ணின் தோள்களைப்போல நினைத்துக்கொண்டு கடித்தேன். மெதுவாய் நாக்கினால் என்னுடைய தோள்பட்டைகளை நக்கிவிட்டேன். குளியலைமீறி என் தோளில் உப்புக் கரித்தது. கடைசியாய்ப் பார்த்த காட்சியொன்றில், கால்களை விரித்துக் காட்டிய அந்தப் பெண், சுண்டுவிரல் அளவிருக்கிற உருளைக்கிழங்கு வறுவலை தின்றுகொண்டிருந்தாள். அதைக் கண்டும் காணாமல் முயங்கத் துடித்தான் அந்த இளைஞன். அவள் உதடுகளைப் பார்த்தேன். அதில் ஒரு சுழிப்பு இருந்தது. அந்தக் கண்களைப் பார்த்தேன். ஏளனமாய் என்னையே உற்றுப் பார்த்தாள். கீர்த்தனாவை நினைத்துப் பார்க்க அச்சமாக இருந்தது.

குனிந்து என் அடி வயிற்றிற்கடியில் பார்த்தேன். அது குளிர்ச்சியாய்த் துவண்டு கிடந்தது. கரகரவென்று கைகளால் அதைத் தேய்த்தபோதும் வெப்பம் ஏறி வரவில்லை. கழிவறை அதிரும்படி சத்தம் போட்டுக் கொண்டே என் அடிவயிற்றில் இருந்து ஒவ்வொரு முடியாய்ப் பிடுங்க ஆரம்பித்தேன். "நான் சொல்லாம இந்தப்பக்கம் வராதன்னு சொன்னேன்ல" என, யாரோ வெளியில் இருந்து சத்தம்போட்டுச் சொன்னதுபோலத் தோன்றியது. கதவைத் திறந்து பார்த்தபோது, யாருமில்லை.

அத்தியாயம் 4

கீர்த்தனாவுடன் படுக்கையில் மூர்க்கமாக முயங்கியதில் வெள்ளிச் சவ்வுறை கிழிந்துவிட்டது ஒரு மதிய நேரத்தில். பயந்து போய்விட்டோம் இருவரும். கைகளை மடக்கிக் கணக்குப் போட்டாள். “நிச்சயம் கர்ப்பம் தரிக்க வாய்ப்பிருக்கிறது” என்றாள். அவளது வீட்டை நினைத்து அழ ஆரம்பித்தாள். வண்டியை எடுத்துக்கொண்டு எங்களது அடுக்ககத்திற்குப் பக்கத்தில் இருந்த மருத்துவமனைக்கு ஓடினேன். மகப்பேறு மருத்துவர், பயந்து நடுங்கிக்கொண்டிருந்த என்னைப் பார்த்துச் சிரித்தபடி, அந்த மாத்திரையின் பெயரைச் சொன்னார். அடிவயிற்றில் பயம் எக்கிக் கவ்வ, சுட்டெரிக்கிற வெயிலில் ஓடி அந்த மாத்திரையை வாங்கிப் போய்க் கொடுத்தேன். மருத்துவ அறையைவிட்டு வெளியே வருகையில் மருத்துவர், “எல்லா நேரங்கள்ளயும் உறை பாதுகாப்பா இருக்காது. இந்த மாத்திரை நூறுசதவீதம் வேலை பார்க்காது. ஒரு பத்து சதவீதமாவது கர்ப்பம் தரிக்க வாய்ப்பு இருக்கு” என்றார்.

அவளுக்கு அடுத்த ரத்தப்போக்கு வருகிறவரை விடாமல் கேட்டேன். “மொரட்டுத்தனமா செய்றதுக்கு முன்னாடி இப்படி பயப்பட்டிருக்கணும்” என எரிச்சல்பட்டாள். விளையாட்டிற்கு எரிச்சலுறும் அவளது முகம் எப்படி இருக்கும் என்பது எனக்குத் தெரியும். மூக்கிற்கு இரண்டுபுறமும் உயர்ரக மெத்தைபோல ஒட்டியிருக்கிற கன்னம் முந்திக்கொண்டு சிவக்கும். சுருள்முடிக் கருங்கொத்திலிருந்து ஒரு கற்றையை உருவி எடுத்து, அதை மூக்கிற்கு நேராகவைத்து அந்த நேரத்தில் இழுப்பாள். கீர்த்தனாவின் பூர்வீகம் கேரளம். ஒரே பெண்ணைப் பெற்றவர்களான அந்தத் தம்பதிக்கு என்னைக் கல்யாணம் செய்துவைப்பதில் எந்தச் சிக்கலுமில்லை. மேல் இடங்களில் சொல்லிக்கொள்கிறமாதிரியான வேலையில் நன்றாகச் சம்பாதிக்க ஆரம்பித்திருக்கிறேன் என்பதில்

அவர்களுக்குத் திருப்திதான். அவர்களைப் பற்றி சொல்வதற்கு ஒன்றுமே இல்லை. மகனைப்போலத்தான் என்னைப் பார்த்துக்கொள்கிறார்கள். கல்யாணத்தைக்கூட எங்களுடைய வீட்டில்தான் நேரம், காலம் கருதித் தள்ளிப்போட்டிருக்கிறார்கள்.

கீர்த்தனாவை தொலைக்காட்சியில்தான் முதல் தடவையாகப் பார்த்தேன். செய்தித் தொகுப்பாளினியாக இருந்தாள் அவள். தலைமுடியை தோளில் புரளவிட்டு அவள் செய்தி வாசிப்பதை முதன் முதலாகப் பார்த்தபோது என் உடலில் மதமதப்பு ஏறியது. என்னோடு படித்தவனின் தோழியாகவும் அவள் அமைந்ததை தற்செயல் என்று சொல்லவேமாட்டேன். விரைவிலேயே நான் காதல்கொண்டதை கண்டு பிடித்துவிட்டாள். சுருட்டை முடியை தோளில் தவழவிட்டு, இடுப்பை ஆட்டிக்கொண்டு நடப்பாள் என்முன்னே. வயிற்றுப் பக்கத்தில் சுடிதாரை வேண்டுமென்றே இழுத்துவிடுவாள். இறுக்கிப் பிடித்திருக்கிற அவளுடைய மார்பகங்களை தற்செயலாகப் பார்ப்பேன் என்பதை அவளும் அறிந்தே இருந்தாள். என் பார்வையில் காமத்தைத் தாண்டி இருந்த இன்னொன்றையும் அறிந்தே இருந்தாள். பெங்களூரில் மழை தூறிக்கொண்டிருந்த ஒரு மாலை நேரத்தில், அவள் என்னோடு முதல் புகைப்படம் எடுத்ததற்கு ஐந்து நிமிடத்திற்கு முன்பு அவளிடம் என் காதலைச் சொன்னேன்.

“அதான், ஏற்கனவே பாத்துட்டேனே. வேற புதுசா ஏதாச்சும் சொல்லலாம்” என்றாள். ”உனக்கு என்ன வேண்டும்?” என்றேன். “குல்பி ஐஸ் வாங்கிக் கொடு” என்றாள். அவளுக்கு எந்நேரமும் அவளைக் கட்டிப்பிடித்துக்கொண்டே இருக்க வேண்டும். தியேட்டருக்குப் போனால் பனியனைத் தூக்கி அவள் வயிற்றில் கையைப் போட்டுக்கொள்ள வேண்டும். யாராவது பார்க்கிறார்கள் என்றால், முகத்தை திருப்பிக் கொள்வாள். இருட்டில் துழாவி கைகளைப்பிடித்து சமாதானம் செய்து வயிற்றில் கை வைக்க வேண்டும். வெளி இடங்களுக்குப் போனால், உடனே வீட்டுக்குப் போகவேண்டும் என்பாள்.

வீட்டுக்குள் நுழைந்ததும் செருப்பை இடதுபுறம் கழற்றிவிட்டவுடன் ஓடிவந்து முதுகிற்குப் பின்னால் கட்டிக்கொள்வாள். முன்னேறி இழுத்துக் கொண்டே நடந்துபோய் அவளை முன்பக்கமாக நகர்த்திப் படுக்கையில் சாய்த்து, அவளது மார்பில் முகத்தைப் புதைத்துக்கொள்ள வேண்டும். பிச்சிப்பூ நறுமணம் உடலெங்கும் பரவும். மேலேறி அவளது கழுத்தில் முத்தமிட்டு காதை செல்லமாகக் கடிக்கவும் வேண்டும். எழுந்து உட்கார்ந்து, முடியை அள்ளி ஒய்யாரக் கொண்டை போட்டுவிட்டாள் என்றால், ஆட்டம் அவளுடைய வசத்திற்குப் போய்விடும்.

உரிமையாளரை அறிந்த வளர்ப்புப் புலிக்குட்டியொன்று துள்ளிப் பாய்வதைப்போல என் கழுத்தை கட்டிப்பிடித்துப் படுக்கையில் விழுவாள்.

என் உடலெங்கும் அரைப்பல் பதித்துக் கடிப்பாள். அவளுக்குப் பிடித்ததைச் செய்ய ஆரம்பிப்பேன். அவளது வட்ட மார்புகளைத் தடவியபடி இருப்பேன். அவள் வேலைக்குப்போகாத சமயங்களில் என்னோடு மட்டுமே இருப்பாள். சுற்றுலாபோனால்கூட என்னைக் கட்டிப்பிடித்துக்கொண்டு படுத்துக் கிடப்பாள். ஹோட்டலொன்றில், "வெளியே எங்கேயும் போகவில்லையா?" என, கதவைத் தட்டி சந்தேகத்தோடு கேட்டார்கள்.

அதற்கு முந்தைய மாதம் இப்படியொரு ஜோடியொன்று அறைக்குள்ளேயே இருந்திருக்கிறார்கள். தட்டிப்பார்த்தபோதே தற்கொலை செய்துகொண்ட விபரமே தெரியவந்திருக்கிறது என்பதால் எங்கள் விஷயத்திலும் கவனமாக இருந்தார்கள். ஊர்சுற்றப்போனால்கூட இடுப்பைச் சுற்றிப் பிணைய வேண்டும். அப்படி நடைபோட வேண்டும் என்பதற்காகவே அவளது முகத்தை அடையாளம் கண்டுபிடிக்கமுடியாத வெளிமாநிலங்களுக்குப் போவோம். திருமணம் நிச்சயிக்கப்பட்டபிறகு இப்படியொரு பயணம் போனோம். ஒரு சம்போகத்தை முடித்துவிட்டு கூர்க்கில், பச்சைப்புற்கள் படர்ந்த நீர்த் தடமுடைய சாலையில் இடுப்பில் கைகோர்த்துக்கொண்டு நடந்துபோனபோது அவள் கேட்டாள்:

"இப்பல்லாம் உச்சத்த பாக்க ஏன் தயங்குற? சட்டுன்னு கண்ணை மூடிக்கற." அவள் கேட்டதும் அப்படியே நின்றுவிட்டேன்.

"தீவிரமா யோசிக்கறதுக்கு இதுல ஒண்ணுமில்லை. சும்மா தோணுச்சு. கேட்டேன்." என்றாள்.

அன்றிரவு படுக்கையில் கவனமாக இருந்தேன். என்ன நினைக்கிறேன் நான்? நான் விரும்பிக்கேட்கும் பஞ்சு மிட்டாய் நிற உள்ளாடைகளை அணிந்திருந்தாள். முழுமை கூடிவராமல் அவளது உள்ளாடையை விடுவிக்க தடுமாறிக் கொண்டிருந்தபோது, அவள் அதைச் செய்துவிட்டு என் முகத்தை ஏந்திப் பிடித்தாள். என் உதட்டில் முத்தம் கொடுத்துவிட்டு, "நீ எப்படி இருந்தாலும் எனக்கு வேணும். நான் சும்மாதான் அப்படிக் கேட்டேன். நீ அதையே யோசிக்காதே. இனிமே கல்யாணம் ஆனால்தான் உன்னோடு படுக்கையில் இருப்பேன். கொஞ்சம் பழசானாலும் இப்படீல்லாம் தோணலாம்" எனச் சொல்லிவிட்டு உடைகளை எடுத்து மாட்ட ஆரம்பித்தாள். எதைக் குறித்து அப்படிச் சொன்னாள் என்பது எனக்குப் புரிந்தது. அந்த அடுக்கக வீட்டில் இருந்த ஆறுமாத காலத்தில் நாங்கள் நூறு தடவைக்குமேல் உறவுகொண்டோம். வெளியூர் மண்ணில் கடைசியாய் அமைந்த நாலைந்து தடவைகளே பிசகியது.

"அப்டீலாம் எனக்கு எதுவும் தோணவே இல்லை." என்றேன், அவளது இடுப்பைச் சுற்றி வளைத்தபடி. அவள் மேலுடையை அணியவில்லை. மற்ற நேரமாக இருந்தால் அப்படியே என்மீது

சாய்ந்துவிடுவாள். என் கைகளை உதறிவிட்டு எழுந்து உடைகளை மாட்ட ஆரம்பித்தாள். அவளது முகத்தைப் பார்த்தேன். துளி எரிச்சல் இல்லை அதில். சாந்தமாக கொடியில் காயப்போட்டிருக்கிற துணிகளை எடுக்கிறமாதிரி உடைகளை எடுத்து மாட்டினாள். கொண்டையை விரித்து முடியை குதிரைவால் போட்டாள். அந்தப் பயணத்தில் அவள் என்மீது கோபத்தைக்காட்டவே இல்லை. பிறவி இயல்புப்படி எதற்குமே அதிர மாட்டாள். நான் கோபத்தில் கத்தத் துவங்கும்போது வாயைக் கொண்டுவந்து என் வாயில் வைப்பாள். பின்னே நகர்ந்தால் சட்டையைப் பிடித்து இழுத்து உதட்டை கவ்வப் போராடுவாள். சில சட்டைகளைக்கூட இப்படிக் கிழித்திருக்கிறாள். பொத்தான்கள் கிழிந்து கீழே விழுந்து குலுங்கிக்கொண்டு ஓடுவதை ரசித்தபடி என் மார்பில் கடிப்பாள்.

அந்த அமைதிக்குப் பின்னால் கொந்தளிக்கிற கடலிருப்பது எனக்குத் தெரியும். ஒரு வரியில் ஒட்டுமொத்தத்தையும் புரட்டிப் போட்டுவிடுவாள். இரண்டு நாள் கழித்து அவளே கிளம்பி வந்து மூக்கைக் கடிப்பாள். இது வழக்கமாக நடப்பதுதான் என்பதால் அதைச் சாதாரணமான சம்பவமாக எடுத்துக்கொள்ள விரும்பினேன். அது சாதாரண சம்பவமில்லை என்பது என் புத்திக்கு அந்த நேரத்திலேயே உறைக்க ஆரம்பித்தது. எதையோ தேடுகிறேன் உச்சத்தில். எதைத் தேடுகிறேன்? தனியே அமர்ந்து யோசித்துப் பார்த்தேன். என்ன செய்தும் தட்டுப்படவில்லை. ஏதோவொரு காட்சி சோர்வதற்கு முன்பான அந்தக் கடைசிக் கணத்தில் வருகிறது என்பது மட்டும் மங்கலாகப் புரிந்தது.

கீர்த்தனாவும் நானும் இருந்தபோது எடுத்த வீடியோவென்றை எடுத்துப் பார்க்க ஆரம்பித்தேன். 'இந்த மொபைல் பழுதானால் அப்படியே மண்ணில் தோண்டி புதைத்துவிடு' என சத்தியம் வாங்கிக் கொண்டுதான் அதை எடுக்கவே சம்மதித்தாள். வெறுமனே கட்டிப் பிடித்துக்கொண்டு மூக்கு, நாக்கை கடிக்கிற ஒளிக்காட்சிதான் அது. தொலைக்காட்சி செய்தி வாசிப்பாளினியின் சிவந்த காட்சிகள் என்று சந்தையில் விட்டால், ஊரே வேடிக்கை பார்க்கும். பிடியைக் கைவிட்ட எல்லோருக்குமே இப்படியான காட்சிகள் தேவைப்படுகின்றன என்பது முதல்முறையாக எனக்குப் புரிந்தது. என்னருகே இருப்பவளைச் சுமந்து கொண்டு ஓடும் அந்த வீடியோ காட்சி ஒருவகையில், என் அகந்தையைத் திருப்திப்படுத்துகிற கருவி. ஊரே பார்க்க தவம் கிடக்கும் காட்சி என் கையடக்க சாதனத்தில் இருக்கிறது. அவளுடைய காதலுக்கு பலபேர் தவம் கிடக்கும் சுருட்டைமுடி பேரழகி என் கட்டிலில் இருந்தாள் என்பது, நான் சம்பாதித்ததிலேயே சத்தான கர்வம் எனக்கு.

வீடியோவை ஓடவிட்டு என் கற்பனையில் கீர்த்தனாவைக் கொண்டு வந்தேன். அவள் என்னோடு படுக்கையில் வந்து அமர்ந்தாள். ஒரு கையால் அவளை அணைத்துக்கொண்டு மறுகையால் கண்ணை மூடிக்கொண்டு கைகளை ஆட்டினேன். என் கண்ணுக்குள் சித்திரமாய் அவள் இருந்தாள். விந்து கொப்பளித்துக்கொண்டு வருவதற்கு சில நொடிகளுக்குமுன்பு அந்தக் காட்சி மின்னல் வெட்டாய் வந்தபோது துவண்டு விழுந்தேன். அதைத் திரும்பவும் நினைவில் பிடிக்க முடியவில்லை. மீண்டும் மீண்டும் விடாமல் சில தடவைகள் கீர்த்தனாவின் சித்திரங்களோடு கைகளால் முயங்கினேன். அடிவயிறு வலிக்கிற நிலையில் முயங்கிக்கொண்டிருந்த போது அந்தச் சித்திரம் வந்தது. நெற்றியை ஒரு புள்ளியில் குவித்து யோசித்துப் பார்த்தேன். எல்லா நேரங்களிலும் அவளை படுக்கப்போட்டு ஒரு காலை தரையில் ஊன்றிக்கொண்டு இன்னொரு காலை மெத்தையில் நிறுத்திவைத்து முயங்கியிருக்கிறேன். என் உச்சம் தொடுகையில், அவளது முகத்திற்குமேலேதான் என்னுடைய முகம் தொங்கிக்கொண்டிருக்கும். அத்தனைமுறையும் ஒரேமாதிரிதான் செய்திருக்கிறோமா என்பதை நினைக்கையில், அந்த நேரத்திலும் அலுப்பு வந்தது. வெளியூரில் எப்படிச் செய்திருக்கிறோம் என்று யோசித்துப் பார்த்தேன். அங்கேயும் முட்டியை மடித்து உட்காரத்தான் மெத்தையைத் தேடியிருக்கிறேன்.

அவள் நின்றுகொண்டு காதல் செய்யவே விரும்பியதில்லை. மெத்தையில் கட்டுண்டுதான் காதல் செய்திருக்கிறாள். அதிகாரபூர்வமான முதலிரவில் வேறுவகையில் செயல்படவேண்டுமென நினைத்துக் கொண்டேன். எதையும் கணக்கில்வைத்துச் செயல்படும் ஒருத்தரின் மடியில் வளர்ந்த நான், கடைசி முறை முயன்றபோது என் சக்தியெல்லாம் சுருங்கித் துவண்டு கிடந்தது. அந்தக் காட்சியை நினைவில் பிடிக்க முடியாத வலி அதைவிட கனமாக இருந்தது. கீர்த்தனா சொன்னமாதிரி கொஞ்சம் இடைவெளிவிட்டால் எல்லாமும் சரியாகிவிடும் என சமாதானம் செய்து கொண்டேன்.

சோர்ந்துபோய்த் தூங்கியபோது என் கனவில் அந்தக் காட்சி கோர்வையாக வந்தது. கனவில் அந்தக் காட்சியைக் காண்கிறேன் என்பதை நினைவில் உணர்ந்தபடி படுத்துக் கிடந்தேன். ஒரு கையால் கட்டிலின் மேல் பிடியை பிடித்துக்கொண்டு ஒரு கையால் அவளது ஒற்றை மார்பை அழுத்திப் பிடித்தபடி ஓங்கிச் செயல்பட்டு, உச்சத்தை யாசிக்கிற சமயத்தில் என்னையறியாமல் கண்ணை மூடினேன். மஞ்சள்பூசிய முகம் ஒன்று என் முகத்திற்குக்கீழே தலையை ஆட்டிக்கொண்டிருந்தது. வா...வா...வென கீழே படுத்துக்கொண்டு என்னை அழைத்தது. தாத்தாவின் நிலத்திற்குப் போகவேண்டுமென்கிற எண்ணம் அப்போது உடனடியாக வந்தது. அதனாலேயே தாத்தாவின் நிலத்தைப் பார்க்கக் கிளம்பிப் போனேன். கிளம்பிப்போனேனா? விரட்டிக்கொண்டுபோனதா?

அத்தியாயம் 5

நீலத்திலிருந்து வெப்பத்தை தொலைத்துவிட்டுத் திரும்பிவந்த பிறகு, சில மாதங்களாக மஞ்சள் முகத்தைத் தேடக்கூடாத இடங்களிலெல்லாம் தேடத் துவங்கிவிட்டேன். 'என்னையறியாம செஞ்சுட்டேன். கையப் பிடிச்சா இழுத்திட்டேன்' எனக் கத்திப் பேசியபோது, கழுத்தைப் பிடித்து வெளியே தள்ளினர் மூன்றாவது அலுவலகத்தில். முதலிரண்டு அலுவலகங்களில் அப்படியில்லை. நாகரீகமாகத்தான் சொல்லி அனுப்பினார்கள். அதிலும் முதல் அலுவலகம் கூடுதல் நாகரீகத்தோடு வீட்டிற்கு ஆளனுப்பி 'வெளியே போடா' என்றார்கள். செய்த மகாபாவத்திற்கு இதுவே அதிகம். வாழ்நாளில் இப்படியெல்லாம் செய்வேன் என்று நினைத்திருந்தால் எனக்கு என்னுடைய அம்மா கள்ளிப்பால் கொடுத்துக் கொன்றிருப்பாள். இப்படிப்பட்ட பையனென என் ஊரில் சொன்னால் நம்பவே மாட்டார்கள். என்னால் என் கண்களையும் கைகளையும் கட்டுப்படுத்த முடியவில்லை. அலுவலகங்களில் பெண்களின் மார்புகளை, பிருஷ்டங்களை, வயிறுகளை என்னையறியாமல் வெறித்துப் பார்க்கத் துவங்கினேன்.

எனக்கு நேரெதிர் நாற்காலியில் அமர்ந்திருப்பாள் என் தோழி அனிதா. அவளது கழுத்தில் எச்சிலை விழுங்குகிற அந்த குண்டுமணி ஏறி இறங்கியது. தோள்பட்டையில் புரண்டு விழுந்திருந்த இளமுடிகள் குளிரூட்டிய காற்றில் ஆடின. அதிலிருந்து மூன்று முடிகள் மட்டும் விலகி கழுத்தில் படர்ந்தன. குறுகுறுப்பை என் காதுமடல்களில் உணர்ந்தேன். ஒரு மயிலிறகு மெல்ல அவளது கழுத்தை வருட ஆரம்பித்தது. ஒற்றைக் காதில் தொங்கிய வெள்ளை ஜிமிக்கியை மயிலிறகு தடவிக் கொடுத்த போது, அது ஆடுவதை நிறுத்திக்கொண்டது. அனிதா தலையை அசைக்காமல் என்னைப் பார்த்துக்கொண்டிருப்பது தெரிந்தது. அது குறித்து கவலைப்பட எனக்கு அப்போது தோன்றவில்லை.

மயிலிறகு அவளது கழுத்திலிருந்து இறங்கி கருப்புநிறச் சட்டையின் முதல் பொத்தானுக்குமேல் இருக்கிற மார்பக இடைவெளிக்குள் நுழையத் துடித்தது. கருப்புச் சட்டைக்குள் யானைத் தந்த நிற உள்ளாடை ஒட்டியிருந்தது. அவளது சட்டைப் பொத்தான்களை ஒவ்வொன்றாக கழற்றி, அப்படியே மயிலிறகை அவள் வயிற்றில் தடவியபோது அனிதா பெருங்குரலெடுத்துக் கத்தினாள். தடுப்பு மேஜைகளுக்குப் பின்னால் இருந்து எல்லோரும் எழுந்துநின்றார்கள். அப்போதும் என்னுடைய கையை உறுப்பில் இருந்து எடுக்கவில்லை. உறுப்பை கால்சட்டையோடு சேர்த்து அழுத்திக் கொண்டிருந்தேன். நண்பனொருத்தன் முதுகில் தட்டிய பிறகே கைகளை எடுத்தேன்.

நண்பர்கள் பரிந்துரைத்த, தெரிந்த நண்பர்கள் பலரிருந்த அலுவலகம் என்பதால் மன்னித்துவிட்டனர். அதற்கடுத்து, அனிதா என்னோடு முகம் கொடுத்துப் பேசவில்லை. அவள் கழிவறைக்குப் போகிறவழியில் அவளை மறித்தபோது கத்த முயற்சித்து விலகி ஓட எத்தனித்தாள். யாரும் பார்க்கவில்லை என்பதால் தயக்கமில்லாமல் அவளை மறித்து நின்று கொண்டு, “ஐந்து நிமிடம் என்னோடு வர முடியுமா?” என்றேன். விலகிக் கொண்டு வாயிலிருந்து கையை எடுத்தாள். எதுவும் பேசாமல் என்னோடு நடந்து உணவகத்திற்கு வந்தாள். என்னுடைய சிக்கலை அவளிடம் சொல்ல ஆரம்பித்தேன்.

“இல்லை, அது உன் கற்பனை. உண்மையிலேயே, உன்னை என் சகோதரன்மாதிரி நெனைச்சு சொல்றேன். மூணாறுக்கு ஹனிமூன் போயிருந்தப்ப என் ஹஸ்பெண்ட்க்கு ரெண்டு நாளைக்கு எதுவுமே பண்ண முடியல. விஸ்கிய பாட்டில் பாட்டிலா குடிச்சுப் பாத்தாரு. அப்பவும் எதுவும் பண்ணமுடியல. நான்கூட நெறைய கவலைப்பட்டேன். ஆனா வீட்டுக்கு வந்ததும் அது சரியாகிடுச்சு” என்றாள்.

“அதுக்கு முன்னாடி எத்தனை தடவை உன்னோடு இருந்திருப்பார்” என்றதும், அவள் முகக்குறியை மாற்றிக்கொண்டு, “பாத்தீயா கொஞ்சம் சொன்னா எல்லாத்தையும் கேட்க ஆரம்பிச்சிடுறீங்க” என்றாள். “இல்ல நான் அதுக்கு கேட்கல. சும்மா என்னை டெஸ்ட் பண்ணிக்கிறதுக்காக கேட்கறேன்” என்றதும் “தேவையே இல்ல. இப்ப உன்கூட உக்காந்து பேசறத யாராச்சும் பாத்தாங்கன்னா அதுவே எனக்கு அசிங்கம்” எனச் சொல்லிவிட்டு எழுந்துபோனாள். அவள் போகும்போது என்னை அறியாமல் பெண்டுலத்தைப்போல ஆடிய அவளது பிருஷ்டத்தைப் பார்த்தேன். மேஜைக்குக்கீழ் இருந்த என் கை, என் உறுப்பைத் தடவிக் கொடுத்தது.

அனிதா தூரத்திலிருந்து என்னை திரும்பிப் பார்த்தாள். அனிச்சையாக கையை விலக்கிக்கொண்டேன். கையை விலக்கவேண்டுமென்கிற அனிச்சை உணர்வு கொஞ்சம் கொஞ்சமாக அந்தக் காலகட்டத்தில் மறையத் துவங்கியது. அலுவலகங்களில் சிக்கல்கள் வர ஆரம்பித்தன.

ஒளிப்படக் காட்சிகளைப் பார்ப்பது அயர்ச்சியாக இருந்தது. என் அடுக்ககத்தைவிட்டு இறங்கி, தெருவில் இறங்கிப் பெண்களை உற்றுப் பார்த்துக்கொண்டே அலைகிற புதுப்பழக்கம் வந்து ஒட்டிக்கொண்டது. நைட்டிக்கு மேலே துண்டு போட்டிருந்த ஒரு அம்மா, "அக்கா தங்கச்சிகூட பிறக்கலீயா" என, சாதாரணமான வசவை உதிர்த்தபோது சங்கடமாக இருந்தது. நானே கீர்த்தனாவோடு போகையில் யாராவது அவளை உற்றுப் பார்க்கும் போது இப்படிக் கேட்க ஆசைப்பட்டிருக்கிறேன். ஆனாலும் துடைத்துப் போட்டுவிட்டு முன்னேறச் சொன்னது எதுவோ.

அதுவும் எனக்கு விரைவிலேயே அயர்ச்சியைத் தர ஆரம்பித்தது. ரயில் நிலையங்களில் போய் அமர்ந்துகொள்வேன். அது எதைக்காட்டிலும் எனக்குச் சிக்கல் இல்லாதது. கூட்டமில்லாத ஒரு நேரத்தில், பெண்ணொருத்தியின் பிருஷ்டத்தைப் பார்த்துக்கொண்டே பெண்கள் ஏறும் பெட்டியில் ஏறிவிட்டேன். ஏறியதோடு மட்டுமல்லாமல், ஒரு கையால் கம்பியைப் பிடித்துக்கொண்டு மறுகையால் கால்சட்டையை துழாவிவிட்டேன். இரயில் நிலையக் காவல் நிலையத்தில் வைத்து பெண் காவலர்கள் அடித்தார்கள். "அடிச்சு அடிச்சு கையே வலிக்கு. இவன வந்து ஒரு சாத்து சாத்துங்க" என, உதவிக்கு ஆண் காவலர்களை அழைத்தார்கள். அதில் ஒரு காவலர் என் முகத்தில் குத்தினார். என் அலுவலக அடையாள அட்டையைப் பார்த்துவிட்டு, "இப்பல்லாம் டிப்டாப்பா இருக்கறவங்கறதான் தப்பா தடவறாங்க" என்று சொல்லி விட்டு பொடனியில் அடித்தார். காவல் உடையை அணியாமல் வெள்ளைச் சட்டையணிந்து உயரதிகாரிபோல இருந்த ஒருத்தர், "டாக்டர போய்ப் பாருங்க பிரதர்" என அனுப்பிவைத்தார். மருத்துவர்களிடம் போகவேண்டுமென்கிற எண்ணம் எழவே இல்லை.

உறை கிழிகிற அளவிற்குச் செயல்பட்ட ஒருத்தன், படுக்கையில் கால்களை நக்கிக்கொண்டிருக்கிறான் என்று எந்த முகத்தை வைத்துக் கொண்டுபோய்ச் சொல்ல? கீர்த்தனா ஒருபோதும் அதை விரும்ப மாட்டாள். அவளுக்கு பாய்ந்து கழுத்தைக் கடிக்கவேண்டும். கானுயிர் தொலைக்காட்சிகளில் இரைமீது வந்து பாயும் வேங்கை அவள். அவளையொத்த வேங்கையின்மீதுதான் இயல்பான விருப்பம் இருக்கும் அவளுக்கு. இரையைத் தவிர, வேறு எதையும் நினைக்காத வேங்கைகள் அது கிடைக்காத பொழுதுகளில் என்ன செய்யும்? கீர்த்தனா இந்நேரம் யாரை நினைத்து தன் கால்சட்டைகளில் கைகளைப் படரவிட்டுக் கொண்டிருப்பாள் என்கிற சிந்தனை திடீரென, மஞ்சள் கறையைப் போல சட்டையில் படிந்தது. என்னைமாதிரி சித்திரங்களின் கைப்பிடித்து வாழ்பவள் அல்ல அவள். பொம்மைகளை கட்டிப்பிடிக்காமல் அவளால் தூங்கக்கூட முடியாது. என்ன செய்வாள்? கீர்த்தனாவின் படுக்கையறைக்குள் என் வலையைப் போர்த்த ஆரம்பித்தேன். புதிய

காட்சிகள் எதையும் பார்த்துவிடக்கூடாதென கீர்த்தனாவை பார்க்கப் போகவும் பயமாக இருந்தது.

போதாமையால் தெருவிலிருந்து நகர்ந்துபோன எனக்கு மயிலாப்பூர் கபாலீஸ்வரர் கோவிலில் சில சிநேகிதர்கள் கிடைத்தார்கள். எல்லோருக்குமே ஒரு ஒற்றுமை உண்டு. தொளதொளவென்று பெரிய பாக்கெட்டுகள் இருக்கிற கால்சட்டைகளை மட்டுமே அணிவோம். சட்டையும் அதேமாதிரிதான். முப்பத்தொன்பது அளவிருக்கிற சட்டை அணிந்துகொண்டிருந்தவன், நாப்பத்து நான்கு புள்ளியளவு கொண்டதையே சிறியதெனச் சொல்ல ஆரம்பித்தேன். பிறர் என்னைவிட பெரிய சட்டைகளை அணிந்திருந்தனர்.

கொஞ்சம் இறுக்கமாக அணிந்துகொண்டு யாராவது வந்தால், கண்ணாலேயே ஒதுக்கிவைத்துவிடுவோம். அந்நியர்கள் யாரையும் எங்கள் வட்டத்தில் சேர்த்துக்கொள்ளவே மாட்டோம். தனிப் பண்புகளோடு வந்திணைந்தாலும், ஒரு வாரத்தில் இயல்பாகவே பொதுப்பண்பிற்கு மாறிவிடுவார்கள். இன்னாரை சேர்த்துக்கொள்ளவேண்டுமெனில் தனிப் பரீட்சைகள் எல்லாமுண்டு. சந்தேகம் நிவர்த்தியாகிறவரை தள்ளிவைத்தே சோதித்துக்கொண்டிருப்போம். என்னை மட்டும் எப்படி இரண்டு நாட்களிலேயே ஒத்துக்கொண்டார்கள்? “கவ்விட்டுப் போறமாதிரி திரும்பி உற்றுப் பார்த்த உன்னோட கண்ணு காட்டிக் குடுத்திடுச்சு. பேசிக்கிட்ட ஒரு நிமிஷ இடைவெளிலகூட உன்னைமாதிரி திரும்பித் திரும்பி கடிச்சு வைக்கப்போறமாதிரி எக்ஸ்பீரியன்ஸ் இருக்கற ஆள்ககூட பார்த்ததில்ல” என்றான் ஒருத்தன். எங்கள் உணவு ரசனைகளே தனி. ஆரம்பத்தில் அதை ஏற்றுக்கொள்ளச் சிரமப்பட்டேன். இனிப்பு மட்டுமே இருக்கிற ஒரு உலகத்தில் எந்நேரமும் எப்படி இருக்க முடியும்?

சர்க்கரை தூக்கலாகப் போட்டு தேநீரில் துவங்கும் எங்களுடைய நாள். காலையில் சர்க்கரைப் பொங்கல் அல்லது கேசரியை மயிலாப்பூர் சாய்பாபா கோவிலில் போய் வாங்கிக்கொள்வோம். இருப்பதிலேயே மிக அயர்ச்சியான இரைதேடல் அதுவே. சாய்பாபா கோவிலில் அந்த நேரத்தில் பெண்கள் இருக்கவேமாட்டார்கள். முதிர்ந்த பழங்களே அதிகாலையில் தூக்கமில்லாமல் விழிக்கும். அதுவும் பிரசாதம் வழங்கும் இடம் இருளிற்குள் தனிமையாக இருக்கும். என்றாவது பிரசாதம் கொடுக்க நேர்ந்துகொள்ளும் பெண்கள் வருவார்கள். பெரும்பாலும் குடும்பத்தோடு வருவார்கள். கேசரியைத் தின்றுகொண்டு இளம்பெண் ஒருத்தியின் கழுத்தைப் பார்த்துக் கொண்டிருந்தேன். பச்சைக்கல் பதித்த நெக்லஸை வாயில் கவ்விப்பிடிக்க முயற்சி செய்துகொண்டிருந்தபோதுதான் நெஞ்சில் ஓங்கி ஒரு குத்து விழுந்தது. தடுமாறி கீழே விழுந்து எழுந்தமர்ந்து பார்த்தேன்.

கருப்புநிற காற்சட்டையில், என் உறுப்பு இருக்கும் இடத்தைச் சுற்றி ஆரஞ்சுநிறக் கேசரி அப்பிக் கிடந்தது.

கோவிலில் முக்கியமானவர்கள் வந்து பார்த்தும்விட்டனர். இருள் விலகி, ஊதாநிற வானத்தில் வெண்புள்ளிகள் திட்டுத்திட்டாய் இருந்தன. சாய்பாபாவின் பளிங்குச் சிலையைப் பார்த்தேன். சந்தனமாலை சாற்றியிருந்தார்கள். பச்சைப் பட்டில் தலைப்பாகை கட்டப்பட்டிருந்தது. மார்பில் அதே நிற பட்டுத் துண்டொன்றைப் போர்த்தியிருந்தார்கள். காலுக்குக்கீழே வைத்திருந்த சாம்பிராணித் தட்டிலிருந்து கிளம்பிய புகை அவரது மூக்கைநோக்கிப் போய்க்கொண்டிருந்தது. வேறு இடத்திற்குப் போக அந்தப் புகை பிரியப்படவில்லைபோல.

அந்தக் கண்கள் என்னை உற்றுப் பார்த்தன. முகத்திலும் மார்பிலும் அடிகளை வாங்கிக்கொண்டு சாய்பாவின் முகத்தை எக்கிப் பார்த்தேன். அவர் தூரத்தில் மங்கலாக மறைந்துகொண்டிருந்தாலும், என்மீது வைத்த கண்ணை விலக்காமல், "போய் விடு" என்று சொல்லிவிட்டுத் தலையை அசைத்தமாதிரி தெரிந்தது. அதற்கடுத்து, சாய்பாபா கோவிலுக்குப் போக முடியவில்லை. பெரிய பிரகாரங்கள் இருக்கிற கபாலீஸ்வரர் கோவில்தான் எங்களைப் போன்ற ஆட்களுக்குத் தோதானவை. எகிறிக் குதித்து தப்பித்து ஓடிவிடலாம். சுற்றிக்கட்டியிருக்கிற சட்டகத்திற்குள் மாட்டிக்கொள்ளக்கூடாது. அதனால்தான் எப்போதும் கருவறைக்குள் இருக்கிற உள் பிரகாரங்களுக்கு மட்டும் போகவேமாட்டேன். வெளிப் பிரகாரங்களில் தனியாக ஒதுங்கும் பெண்களே என்னுடைய குறி. பெருங்கூட்டம் இருக்கிற சமயங்களில் மட்டும் கூட்டத்தோடு கூட்டமாய் உள்பிரகாரங்களுக்கு முன்வாயில் வரை நகர்வேன். பட்டுப்புடவைகளின் பின்பக்கத்தில் உடலைவைத்து தெரியாமல் வைக்கிறமாதிரி உரசி, கால்சட்டை பைக்குள் கையைவிட்டு உறுப்பை உரசிக்கொண்டே கூட்டத்தில் முன்னேறி, புத்தம்புது மல்லிகைப்பூ மணத்தைத் தேடி அலைவார்கள்.

கூட்டமில்லாத சமயங்களில் உள்ளூரில் இருக்கும் வேறு கோவில்களைத் தேடிப்போவோம். சென்னைக்குள் இப்படி பத்து, பதினைந்து கோவில்கள் மட்டுமே இருக்கின்றன. நங்கநல்லூர் ஆஞ்சநேயர் கோவிலெல்லாம் தரமான இடம். உணவுக்கும் பஞ்சமில்லை. சர்க்கரை பொங்கல் சாப்பிட்டு முடித்த கையோடு, ரோஸ் மில்க் குடிக்கப் போவோம். ரோஸ் மில்க் நிறம் உதட்டுச்சாயம் மாதிரி ஒட்டிக் கொண்டிருக்கும். அப்படியொரு நாள் குடித்துக்கொண்டிருந்தபோதுதான், அங்கே ஒருத்தரிடம் அடிவாங்கித் திரும்பிவந்த உடையப்பன் ஓங்கிக் குரலெடுத்து குத்தவைத்து அழுதான். "எல்லா பயகல்கிட்டயும் அடிவாங்குற இந்தப் பொழப்பு எனக்கு பிடிக்கலயே. ஆஞ்சநேயா! என்னைத் தொரத்தி விட்டுருப்பா. நான் என்ன விரும்பியா செய்றேன்..." என அழுகைக்கு இடையில் சொன்னான். "வா, வேற கோவில

பாத்துக்குவோம்” என்றான் இன்னொருத்தன். எனக்கும் அதுதான் சரியென்றுபட்டது. அந்தக் கூட்டத்தோடு இருக்கும்போது மட்டும் பதற்றமில்லாமல் இருந்தது.

நங்கநல்லூரில் சிறப்பாகவே எனக்குப் பிடித்தமாதிரி தேடியலைந்தேன். இடையில் இவர்களுக்குத் தெரியாமல், ஆஞ்சநேயர் கழுத்தில் கோர்த்துத் தொங்கவிடப்பட்டிருந்த உளுந்த வடை ஒன்றை தானமாகப் பெற்றேன். உதட்டில் வைக்கும்போது குமட்டிக்கொண்டு வந்தது. வெளியே ஓடிவந்து இனிப்பான பழரசம் வாங்கிக் குடித்தபிறகுதான் நாக்கின் பதற்றம் தணிந்தது. குடித்தபிறகு கடையில் தொங்கிக்கொண்டிருந்த கண்ணாடியில் பார்த்தபோது உதடுகள் சிவந்திருந்தன. ஆரம்பத்தில் தவறென்கிற எண்ணம் அவ்வப்போது தலைகாட்டி திரும்பப் போகச்சொன்னது. படிப்படியாக அந்த எண்ணம் குறைந்து, முற்றிலும் என்னைவிட்டு எந்தப் புள்ளியில் விலகிப்போனது என்பதைக்கூட என்னால் நினைவுபடுத்த முடியவில்லை. அழுக்கடைந்த மயிலாப்பூர் கோவில் குளத்தில் இருக்கிற, யாரும் சாப்பிடத் துணியாத மீனாக மாறிப்போயிருந்தேன்.

எனக்கு நங்கநல்லூர் கோவில் தித்திப்பாக இருந்தது. கூட்டத்தில் புதிதாக வந்திணைந்த பயல் ஒருத்தன், தூரத்தில் தெரிந்த சித்திரத்தை முட்டாள்த்தனமாக தொட்டுப் பார்த்துவிட்டான். ஊதா சேலைக்குள் ஒளிந்திருந்த வெள்ளை ஜாக்கெட் மார்பை கையால் பிடித்து அழுத்தி விட்டான். தூரத்தில் இருந்து அதைப் பார்த்தேன். எனக்கு விழுந்ததை விட அவனுக்கு அடிகள் குறைவாகத்தான் விழுந்தன. ஓடத் துவங்குவதற்குமுன்பு அங்கிருந்த காவல்காரர்மாதிரி தெரிந்த ஒருத்தர், “இதெல்லாம் ஒரு நெட்வொர்க்குங்க. நாங்க இப்ப நோட் பண்ண ஆரம்பிச்சிருக்கோம். சீக்கிரமே கொத்தா தூக்கிவச்சு குதிகால் நரம்ப தனித்தனியா உருவுவோம்” என்றார். எல்லா கோவில்களிலும் இதைப் போல சிக்கல் உருவாகிவிட்டது.

சில இனிப்புப் பிரசாதங்கள் குறைந்துவிட்டன. கபாலீஸ்வரர் கோவிலில் கையில் நீட்டுகிற வெண்பொங்கலை எதிரே இருக்கிற குளத்தில் உள்ள மீன்களுக்குத் தூக்கி எறிவேன். சங்கீதாவில் போய் கேசரி வாங்கிக் கொண்டுவந்து எல்லோருக்கும் கொடுத்தேன். சாப்பிட்டார்கள் என்று மட்டும்தான் சொல்லவேண்டும். அடுத்தநாள் வாங்கக் கிளம்பும் போது ஒருத்தன், “வேண்டாம், தரமா இல்ல. வேற கோவிலத் தேடுவோம். இல்லாட்டி சாய்பாபா கோவில் கடை வச்சிருக்கவண்ட்ட காசு கொடுத்தா உள்ளபோய் வாங்கிட்டுவந்து தருவான்” என்றான். எனக்கு மறுபடியும் அதுதான் சரியென்றுபட்டது.

எப்படியோ, கேசரி தட்டுப்பாடில்லாமல் கிடைத்தது. கடைக்காரர், “பெரிய வசதியான குடும்பம். இங்க வந்தா நீங்க குவளையில வச்சு கொஞ்சமா குடுக்குறீங்க. அதான் காசு குடுத்து வாங்கச்

சொல்றாங்க” என்று சொல்லி, உள்ளிருக்கும் ஒருவரோடு தொடர்பைப் பின்னியிருந்தார். வேலையில் இருந்ததன்வழியாக என்னிடம் நிறையவே பணம் இருக்கிறது என்பதால், எல்லோரும் என்னோடு ஒட்டிக்கொண்டு திரிந்தார்கள். கூட்டத்தில் தொலைந்துவிடக்கூடாது என்பதற்காக எப்போதும் ஒருத்தன் உடலை உரசிக்கொண்டு வருவான். பழக்க தோஷத்தில் என் பிருஷ்டத்தில் அவனது உறுப்பை வைத்துத் தேய்க்க ஆரம்பித்தபோது திரும்பிப் பார்த்து முறைத்தேன். “மன்னிச்சிரு சகா. அந்தம்மான்னு நெனைச்சிட்டேன்” என்றான்.

இவன்களோடு திரிந்து எனக்கும் அயர்ச்சியாகிவிட்டது. ஒளிக்காட்சிகளைப் போல இதுவும் சீக்கிரமே உலர்ந்துவிட்டது. கொஞ்ச நாட்கள் தனியாகவரும் புதுத்தாலி அணிந்த பெண்களாகத் தேடிப் போய்ப் பார்த்தேன். அப்புறம், அவர்களை தனியாகப் பார்ப்பதில் ஆர்வம் குறைந்துபோனது. கணவன்மார்கள் வரும்போதுதான் நன்றாக இருந்தது. இருவரையும் ஒரு படுக்கையறையில் தள்ளி, வெற்று மார்பகங்களில் தொட்டுத்தொங்கும் சங்கிலியை அவளது கணவனைக் கொண்டு கடிக்க வைப்பேன். அடர்மஞ்சள் தடவிய புதுத்தாலிகள் புதுச்சுவையாய் இருந்தன. சுவை மொட்டுகளை அவை வேறு எதைக்காட்டிலும் அதிகமாகத் தூண்டி விட்டன. வெறிகொண்டு அதை தெருக்களில் தேடினேன். ஏதாவதொரு டீக்கடையில் போய் நின்றுகொள்வேன். அவர்கள் நடந்துபோவதை பின்னால் இருந்து வேடிக்கை பார்த்துக்கொண்டே பின்தொடர்ந்து போவேன்.

நாகேஸ்வரராவ் பூங்காவில் அதிகாலை ஒன்றில் நடைப்பயிற்சி வந்த இளம் தம்பதியினரைப் பார்த்தபடி கூடாவே கூடாத, தகாதது ஒன்றை என் கட்டுப்பாட்டை மீறிச் செய்துவிட்டேன். அந்தக் கணத்தில் அது தவறென்று உறைத்ததை என் புத்தி நீண்ட நாட்களுக்குப்பிறகு அறிந்துணர்ந்தது. அவர்கள் நடந்து போகும்போது பின்னாலேயே போய் ஜிப்பை திறந்துவிட்டேன். அவர்கள் துரத்தும்போது நான் லஸ் கார்னர் சிக்னலைத் தாண்டி ஓடிக்கொண்டிருந்தேன். புழங்குகிற இடங்களில் எல்லாம் இதுபோல சிக்கல்கள் மெல்லத் தலைதூக்க ஆரம்பித்துவிட்டன.

கீர்த்தனா உட்பட எல்லோரிடமும் நான் இன்னொரு அலுவலகத்தில் வேலைபார்ப்பது போன்ற தோற்றத்தைக் காட்டிக்கொண்டிருந்தேன். யாருக்கும் சந்தேகம் வராதபடி நடந்துகொள்கிற பக்குவம் கைகூடியிருந்தது எனக்கு. கீர்த்தனாவை வேவு பார்ப்பதற்காக அடிக்கடி அவள் இருக்கும் இடங்களுக்குச் செல்வேன். கண்களில் கள்ளத்தை மறைத்து நன்றாகப் பேசிக்கொள்வேன். ஆனாலும் என் கண், அவளைச் சுற்றியிருக்கும் பிறரின் மீது இருக்கும். அந்த நேரத்தில் மட்டும் என் கவனம் எல்லாம் அவளைச் சுற்றியே இருக்கும். சில தடவைகள் குனிந்து பார்த்திருக்கிறேன். என் கால்சட்டையின் மேற்பரப்பில் கைகள்

பரவாமல் கிடக்கும். ஆனால் அந்த இடத்தைத் தாண்டிவிட்டால், காந்தமொன்றை ஒட்டவைத்தமாதிரி அந்த இடத்தை நோக்கி கை பரபரத்துவிடும்.

அவள் தனிப்பட்ட சந்திப்புகளைத் தவிர்த்தாள். 'திருமண வேலைகளை துவங்கலாமா' என்று கேட்டாள். வேறு எதையோசொல்லி தட்டிக்கழித்ததை அவள் பொருட்டாகவே எடுத்துக் கொள்ளவில்லை. பேச்சோடு பேச்சாக தாத்தாவின் நிலத்தில் விவசாயம் பார்க்கலாம் என நினைக்கிறேன் என்று சொன்னேன். அதை அவள், அந்தச் சந்தர்ப்பத்தில் கண்டுகொள்ளவே இல்லை. அவளைப் பார்க்கப்போகும் இடைவெளி படிப்படியாகக் குறைந்தது.

தினமும்போவது என்பது மாறி, வாரத்திற்கு ஒன்று என்று ஆகி பத்து நாட்களுக்கு ஒருநாள் என தங்கிவிட்டது. "தனியா பெரிய அளவில விவசாய புராஜெக்ட்ஸ் செய்றதுக்கு இன்வெஸ்ட்டர்ஸ் தேடிக்கிட்டு இருக்கேன்" என, ஒருநாள் அவளது அலுவலகத்திற்குக் கீழே நின்று கொண்டிருக்கும்போது சொன்னேன். அவள் திடீரென ஆர்வமாகி விட்டாள். "அடி சூப்பரு. காட்டுக்குள்ள கட்டிக்கிட்டு உருளலாம். சேத்த வயிறுபுல்லா பூசிக்கிட்டு கட்டிப் பிடிச்சுக்கிட்டு, மழை அடிச்சு ஊத்தறப்ப படுத்துக் கிடக்கலாம்" என்றாள். எனக்கும்கூட அவள் விவரித்த அந்தக் காட்சி பிடித்திருந்தது. ஆனால் அந்தக் காட்சியில் அவளுக்குப் பதில் காலையில் பார்த்த மூக்குத்தி அணிந்த, கன்னங்கள் பம்மென்று இருந்த பெண்ணொருத்தி வந்து விழுந்தாள் உடனடியாக. வேறொன்றை அவளுக்குப் பக்கத்தில் இருக்கும்போதே நாடத் துவங்கிவிட்டது மனம். வலுக்கட்டாயமாக கீர்த்தனாவின் முகத்தை சித்திரத்தில் கொண்டுவந்து பார்த்தேன். மங்கலாக மாறி மாறி அழிந்து உருவானது சித்திரம்.

வேறு முகங்களை வேறு பின்புறங்களைப் பார்க்கலாம் என்று தோன்றி, உள்ளுக்குள் ஒரு குளிர்ச்சி பரவியது. எல்லா இடங்களிலும் ஆயிரம் சிக்கல்கள். போகிற இடத்திலெல்லாம் அடிப்பதற்கு ஆட்கள் உருவாகிவிட்டார்கள். இப்போதெல்லாம் காவல் துறை ஒலிபெருக்கியில் 'தடவுவதற்கு ஆட்கள் வருவார்கள், ஜாக்கிரதை' என்று சொல்லவில்லை என்பதுதான் ஒரே குறை. அடி மடியில் பயத்தோடு தடவ முடியாது. அடி மடியில் இனிப்பிருக்க வேண்டும். ரோஸ் மில்க்கின் வாடை அடிமடியில் இருக்க வேண்டும். அதனால்தான் எப்போதும் இனிப்பை கட்டிப் பிடித்துப் படுத்துக் கிடக்கிறோம்.

இனிப்பை அள்ளிக் கொடுக்கிற புதிதாய்க் கண்டடைந்த இடங்களும் அயர்ச்சியை உண்டு பண்ணின. அதுவரை தேவாலயங்களுக்குப் போனதேயில்லை. அவ்விடம் குறித்த கதைகளைக்கூட கேட்டதில்லை. அங்கே போனால் கேக் தருவார்கள் என்று சின்னவயதில் நினைத்துக் கொண்டிருந்தேன். கேக்கின் இனிப்பு எப்படித்தான் இருக்கிறது என்று

பார்ப்போம் என சென்னையைச் சுற்றியிருக்கிற தேவாலயங்களுக்குப் போனேன். அதன் அமைதி என்னை உறுத்தியது. எரிந்துகொண்டிருந்த மெழுகுவர்த்தியில் நாசிக்குப் பழக்கப்பட்ட நெய் வாசம் வரவில்லை. முழங்காலிட்டு வெள்ளையுடை அணிந்த இளம்பெண் ஒருத்தி யாருக்கும் தெரியாமல் தலைகுனிந்து அழுதுகொண்டிருந்தாள்.

கூட்டமாக ஓடி, யாரும் அவர்களுடைய சாமிமேல் முண்டியடித்து விழவில்லை. அமைதியாக அவர்கள் பார்க்கிறார்கள். அமைதியாய் அந்தச் சாமியும் இவர்களைப் பார்க்கிறது. எல்லோரும் எல்லோரையும் கண்காணிக்கிறார்கள். இது எங்களுக்கான இடமே இல்லையென எனக்கே தோன்றிவிட்டது. அழைத்துவந்து காட்டினால் என் சிநேகிதர்கள் பதறிப் போவார்கள். இனிப்பில்லாத எளிய அதிர்ச்சியைக்கூட அவர்களால் தாங்க முடியாது. திரும்பிவரும்போதுகூட பிரார்த்தனையில் இருந்த ஒரு சிலர் என்னை திரும்பிப் பார்த்தது முதுகிற்குத் தெரிந்தது.

சென்னை மூலக்கொத்தளம் பக்கத்தில் இருக்கிற பெரியாஸ்பத்திரிக்குள் இருக்கிற தர்காவில் கூட்டம் கூடும் என்றார்கள். பொத்திவைத்துப் பார்ப்பதைக் கண்டுவிட வேண்டும் என்கிற துடிப்பு எனக்குள் எழுந்தது. விவரம் தெரியாமல் வந்துவிட்டேன். தர்காவைச் சுற்றிவந்தபோது, என்னைச் சுற்றிக்கொண்டு ஒரு படலம் உருவாகி வந்தது. மருத்துவமனை மருந்து வாடையை உடல் உணர்ந்ததும் என் உறுப்பு வலிக்க ஆரம்பித்தது. அதை வலுக்கட்டாயமாகச் சொறிந்ததில் ஆரம்பத்தில் சின்னதாய், சிவப்புத் திட்டுக்கள்தான் தெரிந்தன. மேலும் அதைச் சொறிந்தபோது குட்டிக்குட்டியாய் பருக்கள் உருவாகின. அது வளர்ந்து புண்ணானது. எந்நேரமும் நூறு எறும்புகள் அந்த இடத்தில் ஊர்ந்துகொண்டிருப்பதைப் போலத் தோன்றும். சுறுக் சுறுக்கென்று சிலநேரங்களில் வலிக்கும். புண்ணிருக்குற பக்கத்தில் விட்டுவிட்டு வேறு தசைப்பகுதியில் தடவலாம் என்றுதான் அங்கே சென்றிருந்தேன். மருந்து வாடை பட்டால் உடலில் இல்லாத இடங்களில்கூட வலி கொப்புளிக்கும். பெருச்சாளிபோல நோண்டிய இடத்திலிருந்து பரவி முதுகுவரை நீண்டது வலி.

அன்றைக்கு வலி கூடி தொடைகளை ஒட்டிவைத்து நடக்க இயலவில்லை. வலது காலில் இடுப்போடு சேரும் அடிப்பகுதியில் ஆழமான ஒரு காயம் உருவாகியிருந்தது. நாய் நொண்டுகிறமாதிரி வலியில் காலை இழுத்துக்கொண்டு நடந்துபோன என்னை, தர்ஹாவில் இருந்து அழைத்தார் அந்த தாடிக்காரர். முன்வழுக்கையில் பனித்துளி போல வியர்வை நீர் கோர்த்திருந்தது. அவரது முன்னம்பல்லில் கருப்பு மை போல ஒரு திட்டு இருந்தது. தாயத்துக்கள் கட்டிய கைகளில் இருந்த மயிலிறகால் என் அடிமடியில் தடவிவிட்டுச் சொன்னார்:

“நீ தேடுகிற இடமல்ல இது. தேடுகிற இடம் எங்கேயும் தீர்வுகள் உண்டு. ஆனால் பட்ட இடத்தில்தான் பாவத்தை தொலைக்க

வேண்டும். வலியோடு அதைக் கட மகனே! கற்பகாம்பாளை போய்ப் பார்." என்றார். அதை அவர் சொன்னபோது உள்ளுக்குள் அமர்ந்திருந்தவன் எந்தவித எதிர்க் கேள்விகளையும் எழுப்பவில்லை என்பதை உணர்ந்தேன்.

மயிலாப்பூர் கோவில் நண்பர்களைப் பார்க்கவேண்டும்போல் இருந்தது. இந்தச் சம்பவம் சில நாட்களில் என்னையறியாமலேயே மறந்தும் போனது. போகும்போது திருவல்லிக்கேணி பெரிய தெருவில் தேங்கா போளி வாங்கிக்கொண்டு போனேன். நாங்கள் தெப்பக்குளத்துக்குப் பக்கத்தில் இருக்கிற கண்ணாடிக்கடை வாசலில் நின்று போளியை சாப்பிட்டுக் கொண்டிருக்கும்போது நீல நிற தாவணி அணிந்த அந்தப் பெண் என்னைக் கடந்துபோனாள். அவளது ஜாக்கெட் இடைவெளியில் இருக்கிற முதுகில் பருக்கள் சிவந்துபோய்க் கிடந்தன. வானம் பார்த்த முதுகில் மல்லிகைச்சரம் தவழ்ந்தது. ஆர்வம் உள்ளே இழுத்துவிட்டது. ஒரு கை, என் முதுகைப் பிடித்து அந்தப் பெண்ணை நோக்கித் தள்ளியது. நண்பர்களை நோக்கித் திரும்ப விழைந்து தோற்றுப்போனேன். கோவில் குளத்தில் பெரிய மீனொன்று துள்ளி மேல்நோக்கி வருவதுபோல காட்சியொன்று கண்ணுக்குமுன்னே தோன்றியது. அந்தப் பெண்ணைப் பின்தொடர்ந்து இடதுவாயில் வழியாக உள்ளே நுழைந்தேன். அவள் முதலில் வலதுபுறம் இருக்கிற சிவன் கோவிலுக்குள் நுழைந்தாள். வாசலில் காத்திருந்தேன். இடதுபுறம் இருக்கிற கோவிலுக்குள் இதுவரை நான் போனதில்லை. இந்த இடத்தோடுதான் நின்றுகொண்டிருப்பேன். பிரகாரங்களில் தனித்து அமர்ந்திருப்பவர்கள்தான் என் குறி. தூரத்தில் அமர்ந்து பார்த்துக்கொண்டே டவுசருக்குள் கையை விடுவேன். அப்போதெல்லாம் கூட்டத்திலிருந்து தனித்து அலைந்துகொண்டிருக்க வேண்டும் என்கிற ஆர்வம் வந்தது. அவ்வாறே அவள் அந்தக் கோவிலுக்குள் நுழைந்த நேரத்தில் பின்தொடர்ந்தேன்.

உள்ளேபோன அடுத்த கணம் அந்தப் பெண் கூட்டத்தில் கலந்து காணாமல்போனாள். அவள் போன வேகத்தில் என் காலைத் தூக்கி படியில்வைத்து அது இல்லாததால் தடுமாறி கீழே விழப்போய் நிமிர்ந்து கர்ப்பக்கிரகத்தின்மேல் எழுதியிருப்பதைப் படித்தேன். பழங்காலத்து எழுத்தில் சுத்தக் கரும்பாறைக்குமேல் உள்ள இடத்தில் மசியால் எழுதப்பட்டிருந்தது. 'கற்பகாம்பாள்'. என்னையறியாமல் நின்று கொண்டிருந்த அந்தச் சிலையின் கால்களில் என் பார்வை விழுந்தது. காற்றில்லாமல் நின்று எரிகிற விளக்கொளியில் அந்தப் பாதங்கள் தெரிந்தன. செவ்வரளி மலர் வாசம் என் காதருகே நிறைந்தது. செவ்வரளிப் பூக்கள் தூவி, விரிக்காமல் ஒட்டியிருந்த காலின் மேற்புறத்தில் பூக்களோடு சேர்த்து குங்குமம் கொட்டப்பட்டிருந்தது. தங்கநிறத்தில் ஒற்றைக்கால் பெருவிரல் மற்ற விரல்களைக் காட்டிலும்

பெரிதாக இருந்தது. அப்படியே காலில் இருந்து மேலேறி வயிற்றைப் பார்த்தேன். பச்சைக்கற்கள் ஒட்டிய ஒட்டியாணம் கட்டி சேலையை இறுக்கிக் கட்டியிருந்தார்கள். மார்பைப் பார்த்தேயாக வேண்டுமென தோன்றி, கண்களை உயர்த்தி மார்பின் பக்கமாய்ச் செலுத்தினேன். மார்புக்குப் பக்கத்தில் தொங்கிக் கொண்டிருந்த விளக்கின் வெளிச்சம் கூசி சித்திரம் மங்கலானது. அந்த வெளிச்சம் ஆடியபடி, அவளது முகத்தை நோக்கிப் போனது. நிமிர்ந்து பார்த்துப் பயந்துவிட்டேன். மஞ்சள்நிற முகத்தில் மினுக்கிக்கொண்டு தெரிந்தன ஊதாநிறக் கண்கள். இனி, ஒருபோதும் சென்னையில் இருக்கக்கூடாது என உள்மனம் சொன்னது. திரும்பிப் பார்க்காமல் ஓடி வந்துவிட்டேன்.

சகாக்களோடு அமர்ந்து சாதாரணமாக பேசிக்கொண்டிருந்தபோது, “வேற எங்கயாச்சும் போலாம்னு இப்பல்லாம் தோணுது” என்றேன்.

“மதுரை மீனாட்சி அம்மன் கோவிலுக்குப் போறியா? அங்க நம்ம கூட்டத்தில இருந்தவன், கோயில் கடையில வேலை பாக்கான். தங்க ரீகல் லாலா கடை அல்வா ரெம்ப பேமஸாம். வர்றப்ப எங்களுக்கும் வாங்கிட்டு வா” என்றான் ஒருத்தன். அவன் சொல்வதும் சரியென்றுதான் அப்போதும் எனக்குப்பட்டது. அங்கே போகவேண்டுமென நானா முடிவெடுத்தேன்? கற்பகாம்பாளின் கண்கள் என்னை விரட்டின அங்கே.

அத்தியாயம் 6

குளத்திலிருந்து தவ்விய அந்த மீனைப்போல, இந்தப் பாவச் சங்கிலியில் இருந்து மீண்டுவிட வேண்டுமென்கிற ஆழமான விருப்பமொன்று நீந்தி வந்தது. ஆறு நாள் இடைவெளிக்குப் பிறகு அறையில் வந்து படுத்தேன். நீண்ட நாட்களுக்குப்பிறகு கீர்த்தனாவின் முகத்தை நினைவில் கொண்டு வந்து பிடிக்க முயன்றபோது, முற்றிலும் எழாமல்போகவே அழுகையாக வந்தது. எழுந்து கழிவறைக் கதவை திறந்து வைத்துக்கொண்டு கண்ணாடியைப் பார்த்து அழுதேன். வெளிறிப்போயிருந்த முகத்தில் கண்ணீர் கோடாய் படிந்தோடியது. நிதானமாக முகச்சவரம் செய்தேன். லெவிஸ்ட்ராஸ் கால் சட்டையும் லூயி பிலிப் சட்டையும்தான் போட்டுக் கொண்டிருக்கிறேன். ஆனால் அத்தனையும் என்னுடைய அளவைவிட பல மடங்கு அதிக அளவுகள்கொண்ட உடைகள். கீர்த்தனாவிற்கு ஒரு அங்குலம் கூடினால்கூட பிடிக்காது. அளவுபார்க்கிற அறைக்குள் போனாள் என்றால், குறைந்தது இருபது பனியன்களையாவது போட்டுப் பார்ப்பாள். சரியானதைப் போட்டுக்கொண்டு நிற்கும்போது, ஓடிப் போய் கச்சிதமான அம்மார்பில் முகம் பொதிக்கலாம் என்று தோன்றும்.

கீர்த்தனா என்னுடைய ஜட்டியை இப்போது பார்த்தால் வெறுத்துப் போவாள். உடனிருக்கும் சந்தர்ப்பங்களில் அவள் கஷ்டப்பட்டு இடுப்பில் இருந்து அதை இழுத்து உருவுகிற அளவிற்கு கச்சிதமாய் இருக்கும். அப்போது நான் போட்டுக்கொண்டிருந்த ஜட்டி வலிக்குப் பாதுகாப்பாய், பஞ்சுவைத்துத் தைக்கப்பட்ட பெரியது. அவள் விரும்பிச் சாப்பிடுகிற இனிப்பில் எறும்பு மொய்த்துக்கொண்டிருந்தது. இப்படியே போய் அவளிடம் என் சிக்கலைச் சொல்லப் பிரியப்படவில்லை. ஜட்டியை மட்டும் என்னால் மாற்ற முடியவில்லை. வலி உயிர்போனது. அவளுக்குப் பிடித்தமாதிரியான நிறங்களில் மேலுடைகளை அணிந்துகொண்டேன். உதட்டில் என்ன காயம் என்று கேட்டால் மட்டும் உண்மைக்

கதையைச் சொல்லக்கூடாது என முடிவெடுத்தேன். வண்டியில் இருந்து கீழே விழுந்துவிட்டேன் என்று சொன்னால், கூர்மையாகக் கேட்பாள். "கார் இருக்கறப்ப நீ எதுக்கு பைக்கில போற."

போய்ச் சொல்வதற்குள், தகுதியான பொய்யை யோசிக்கவேண்டும். கீர்த்தனாவின் தொலைபேசி அணைத்து வைக்கப்பட்டிருந்தது. கிழக்குக் கடற்கரைச்சாலையில் பார்ட்டியில் இருப்பதாகச் சொன்னார்கள். பொதுவாக, அவள் இதுமாதிரி போகிற ஆள் இல்லை. மண்டைக்குள் சிவப்புப்பூரான் வழக்கத்தைமீறி வேகமாக ஊர்ந்தது. இடத்தை விசாரித்து, அங்கே நுழைந்தபோதே பிசிறுதட்டியது. எனக்குப் பிடிக்கவே பிடிக்காத கீர்த்தனாவின் ஆண் நண்பர்கள் நின்றபடி சிகரெட் குடித்துக் கொண்டிருந்தார்கள்.

புகை என் முகத்தைக் கடந்துபோனது. உள்ளேயும் செயற்கைப் புகை போட்டிருந்தார்கள். பிடிக்காத புகைக் கூட்டத்திற்குள் கீர்த்தனாவைத் தேடினேன். ஒரு ஓரத்தில் தனியாக அமர்ந்து மஞ்சள்நிறப் பழச்சாறு அருந்திக்கொண்டிருந்தாள். வோட்காகூட கலந்திருக்கலாம் அதில். போதையேறினால் யாரையாவது கட்டிப்பிடித்துக்கொள்ள வேண்டும் அவளுக்கு. நான் இங்கு வராமல் இருந்தால் அந்தச் சமயத்தில் யாரை கட்டிப்பிடித்துக்கொள்வாள்?

யோசிக்கவே அச்சமாக இருந்தது. கால்கள் நடுக்கம் கொடுத்தன. தூரத்தில் இருந்து என்னைப் பார்த்ததும் ஓடிவந்து கட்டிப்பிடித்துக் கொண்டாள். வலியை மறந்து அவளது இடுப்பை நானும் கட்டிப் பிடித்தேன். "உன்னுடைய தொலைபேசி அணைத்துவைக்கப்பட்டிருந்தது" என்றாள். ஆமாம் அது உண்மைதான்.

"வேறு எங்காவது போய் அறை எடுத்து தங்கலாமா" என்று கேட்டேன்.

"சத்தியம் என்ன உனக்கு சர்க்கரைப் பொங்கலா" என்றாள். எந்தவித உணர்வையும் காட்டாமல் அவளையே உற்றுப் பார்த்தபோது, "சரி, வா போகலாம்" என்றாள். திருமண விருந்து அது என்பதால், அவளுக்கென்று ஒரு அறை ஒதுக்கியிருந்தனர். விரிப்புகள் மெத்தையில் நேர்த்தியாக இருந்தன. குங்குமப்பூ நிற போர்வை அச்சமூட்டியது. எங்கோ இந்த நிறத்தை பக்கத்தில் பார்த்திருக்கிறோமே என யோசித்தேன். நினைவிற்கு வரவில்லை. துருத்திக்கொண்டு தெரிந்த அதை எடுத்து அலமாரியில் சுருட்டிவைத்து அதை மறைத்து வெள்ளைத் துண்டொன்றைப் போட்டேன். நடந்துபோய்க் கட்டிலில் அமர்ந்து முதுகைச் சாய்த்து, மடியில் தலையணையை பாதுகாப்பாகப்போட்டு காலைநீட்டி மெத்தையில் அமர்ந்தேன்.

"கட்டி மட்டும் பிடிச்சுக்கலாம். அது சத்தியத்தில வராது" என கத்திக்கொண்டே தலைய!ணை இருக்கிற என் மடியில் ஏறி அமர்ந்தாள். என் சட்டைப் பொத்தான்களைக் கழற்றிவிட்டாள். நான் வலியை அடக்கிக்கொண்டு, சந்தேகம் வராதபடி அவளது முதுகைத் தடவிக்

கொண்டிருந்தேன். நிமிர்ந்து என்னை அவள் பார்த்தபோது வலியில் முனகினேன். என்ன ஆச்சு? என, இறங்கி விலகி அமர்ந்தாள். தடவிக் கொண்டிருந்த கைகளை மெதுவாக விலக்கி தலையணையில் வைத்தாள். என்னையறியாமல் கதறி அழத் துவங்கினேன்.

துண்டுதுண்டுகளாக அவளிடம் எனக்கு நேர்ந்ததைச் சொல்கையில். அமைதியாகக் கேட்டபடி, என்னிடம் இருந்து விலகி அமர்ந்ததைப்போல தெரிந்தது. ஆனாலும் நம்பாதமாதிரி தலையை ஆட்டி, மேற்பற்களால் கீழ் முன்னுதட்டைக் கடித்தபடி கேட்டாள். பேசிக்கொண்டே என்னுடைய கால்சட்டையை அவிழ்த்தபோது வேண்டாமென்று தடுத்தாள். கைகளை விடுவித்துவிட்டு முழங்கால் வரை அதை கழற்றிக் காட்டினேன். முகத்தை மூடிக்கொண்டாள்.

“உன்னை இப்படிப் பாக்க எனக்கு விருப்பம் இல்லை” என்றாள். அமைதியாய் கால்சட்டையைத் திரும்பவும் எடுத்து மாட்டிவிட்டு, “எனக்காக ஒரு செய்தி வாசிப்பாயா” என்றேன். அவளை முதன் முறையாகச் செய்தியில் பார்த்தபோது வந்த மதமதப்பை மீட்டெடுத்து விடலாம் என நம்பினேன்.

“இது என்ன பைத்தியக்காரத்தனமாக இருக்குது” என்றாள், திகைப்பாய். “எனக்காக அந்த பைத்தியக்காரத்தனத்த ஒருதடவை செய்யேன். உனக்கு ஏத்தமாதிரி நான் வளைஞ்சுகொடுத்துப் போகலீயா” என்று சொல்லிவிட்டு, அவளுடைய முகத்தையே பார்த்தபோது எனக்கு அழுகை முட்டிக்கொண்டு வந்தது. அழுகையின்பொருட்டு என் முகம் சுருங்கியதைக் கண்ட அவளுடைய கண்களில் துளித் தண்ணீர் எட்டிப் பார்த்தது. ஆனாலும் சிரிப்பைக் கைவிடாமல் அவள் அந்த வாசகங்களை செய்தித் தொனியில் வாசித்தாள். “வேங்கை மஹாராஜா ஒருத்தர் தேவையில்லாமல் குழம்பிக்கொண்டு, இரண்டு மாத்திரையில் தீர்க்க வேண்டிய விஷயத்தை மேலும் குழப்பி, இடுப்பில் புண்ணோடு வந்து படுத்துக்கொண்டு தத்துவம் பேசுகிறார். உடன் இருப்பவர்களையும் பயத்தில் ஆழ்த்துகிறார். நாளை அவரை மருத்துவமனைக்கு அழைத்துச் செல்லப்படும் என நெருங்கிய வட்டாரங்கள் தெரிவிக்கின்றன” என்று வாசித்தபோது, அவளுடைய உதடுகள் அழும் பாவனையில் சுழித்தன. இடது கன்னத்தில் இருந்த மச்சம் துடித்துக் கொண்டிருந்தது. உடைந்து அழ ஆரம்பித்தாள். எனக்கு மருத்துவமனைக்குப் போவதற்கு நம்பிக்கை வரவில்லை.

விழிகளில் கோர்த்திருந்த நீரை கையால் சுண்டிய அவள், துப்பட்டாவால் முகத்தைத் துடைத்துவிட்டு நிமிர்ந்து பார்த்தபோது, அந்த வார்த்தையைத் துப்பினேன். “உன்னைப் பாத்தா யாருக்குனாலும் படுக்கணும்னு தோணிரும்ல.” விறுக்கென்று என்னை நிமிர்ந்து பார்த்தாள். கண்களை என் முகத்திலிருந்து விலக்கவில்லை. கண்ணீர் வற்றாத சுனையாய் சலனமின்றிப் பொங்கிவழிந்தது. நீரின் ஆழத்திற்குள் அவள் கண்களுக்குள் இரண்டு ஊதாநிறப் பூச்சிகள் பிரகாசமாகப் பறந்தன. பயந்துபோய் தலையைக் குனிந்துகொண்டேன். அவள் எழுந்து

கைப்பையை எடுத்துக்கொண்டு கதவைத் தள்ளிக்கொண்டு அம்பின் வேகத்தில் வெளியேபோனாள். வலியை மறந்து விரட்டிக்கொண்டு ஓடினேன்.

அவளது கைகளைப் பிடித்து இழுத்தேன். திமிறிக்கொண்டு நடந்தாள். யாரும் எங்களைத் தொந்தரவு செய்யவில்லை. எனக்குத்தான் அசிங்கமாக இருந்தது. என் கைகளை உதறிவிட்டு, காரொன்றின் டிரைவர் இருக்கைக்குப் பக்கத்தில் போய் அமர்ந்தாள். நடக்கையிலேயே அவளது கையிலிருந்த கதவைத் திறக்கிற சாவியை உயிர்ப்பித்தாள். யாருடைய வண்டி அது? ஓட்டுநர் வைக்கிற ஆளெல்லாம் அவள் கிடையாதே? அவளுடைய நண்பன் ஒருத்தன் வலப்பக்கமாய் காரில் ஏறி அமர்ந்தான்.

காரின் கதவைப் பூட்டப்போனபோது அதைத் தடுத்தேன். அவள் அதைச் சரியாகப் பூட்டிவிட்டு கண்ணாடியைத் திறந்து கையெடுத்துக் கும்பிட்டுவிட்டு என்னிடம் சொன்னாள். “இது நீயில்ல. உன் கண்களில் ஒரு மஞ்சள் முகம் தெரியுது. தயவுசெய்து நீயா திரும்பி வந்துரு. உன்னை மட்டும்தான் கட்டிப் பிடிச்சுக்கிட்டு படுப்பேன்” என்றாள். மிகையாக அவள் அப்படிச் சொல்வதுபோல எனக்கு அந்த நேரத்தில் தோன்றியது. இதைக்கூட உதட்டைச் சுழித்துக்கொண்டு எல்லோரையும் வசியப்படுத்துகிறவிதத்தில் சொன்னாள்.

கார் ஜன்னலை மூடுகிற அந்த நேரத்தில் அவளோடு வந்திருந்த பையனைப் பார்த்துச் சொன்னேன். “இவளைப் பாத்தாலே எல்லாருக்கும் படுக்கணும்னு தோணிரும்ல. உனக்கு எப்படி?” ஜன்னலை மூடுவதை நிறுத்திவிட்டு அவள் என்னுடைய கண்களையே பார்த்தபோது கார் மெதுவாக என்னைக் கடந்துபோனது. அவளைப் பார்த்து ஏளனமாக நாக்கை வெளியேநீட்டி ஆட்டிச் சிரித்தேன். நீர்த்தாரைகள் காய்ந்த கண்களை மூடிக்கொண்டாள்.

அவள் போனபிறகே செய்ததெல்லாம் எனக்கு உறைத்தது. திரும்பவும் அறைக்குப்போய் கண்ணாடி முன்னால் நின்று, அப்படியென்னதான் கண்களில் தட்டுப்படுகிறது என்று பார்த்தேன். அப்படியொன்றும் தெரியவில்லை. எனக்கே என்னை அந்தக் கண்ணாடியில் பார்ப்பதற்கு வெட்கமாக இருந்தது. அவளைத் தேடிப்போய் சமாதானப்படுத்தலாம் என்று தோன்றியவுடன் தலையை தொங்கப்போட்டுக் கொண்டேன். ஒரு நிமிடம் இப்படியே நின்றிருப்பேன். திரும்பத் தலையைத் தூக்கி அவள் செய்தி வாசித்த தொனியில், இளித்துக்கொண்டே நாடக பாவனையில் கேட்டேன். “வேங்கை மஹாராஜா மருத்துவமனைக்குப் போய், மஹாராணியை மறுபடியும் கைபிடிக்க நினைக்கிறாரா? அல்லது மீனாட்சி அம்மன் கோவிலுக்குக் கிளம்பிப் போகப்போகிறாரா? என்பது தெரியாமல் நெருக்கமான வட்டாரங்கள் குழம்பிப்போய்க் கிடக்கின்றன.” இதைச் சொல்லிமுடித்த அடுத்த கணம் கண்ணாடிக்குள் இருந்த அந்த உருவம் கட்டைக் குரலில் சொன்னது. “மீனாட்சி அம்மன் கோவிலுக்கு கிளம்பிப் போ.”

அத்தியாயம் 7

கிளம்புவதற்குமுன்பு யாரிடமாவது பேசலாமெனத் தோன்றியது. எனக்கு வாழ்வதன்மீதிருக்கும் நம்பிக்கையே போய்விட்டது என நண்பன் ஒருத்தனை அழைத்து முதல் தடவையாகச் சொன்னேன். “சிவாஸ் ரீகல் முழு பாட்டில் ஒண்ணு வாங்கி தனியா உக்காந்து அடி மாப்பிள்ள. எல்லாம் சரியாகிடும்” என்றான். என் நண்பர்கள் எல்லாம் இப்படித்தான் இருக்கிறார்கள். எந்தவித உளச் சிக்கல்களும் இல்லாத உலகு அது. மாடுமாதிரி உழைப்பார்கள். மஹாராஜாமாதிரி கொண்டாடுவார்கள். மஹாராஜாக்களின் கொண்டாட்ட சபையில் குஷ்டரோகிகள் நின்றால் மதிப்பில்லை. அது நன்றாகவே எனக்குத் தெரியும். அதற்காகத்தான் ஒளிந்துமறைந்து திரிந்தேன்.

எனக்கும் மஹாராஜாமாதிரியான வாழ்வு இருந்தது. இரவுகளில்தான் மஹாராஜாக்கள் நகர்வலம் போவார்கள். பார்க்கும் தொழிலின் காரணமாக அப்போது முழுநேர இரவு வாழ்க்கையில் இருந்தேன். மின்மினிக்கள் கண் சிமிட்டுகிற நேரம் அது. காரில் பாடல்கள் கேட்டுக்கொண்டிருக்கும் போது, வெளியே மழை வசந்தகாலத்தைப்போல கொட்டும். அப்படி ஒரு மழை கொட்டுகிற பொழுதொன்றில்தான் காருக்குள் கீர்த்தனாமீது ஏறிப் படுத்திருந்தேன். கான்ஸ்டபிள் ஒருத்தர் எங்கள் கண்ணாடியை நோக்கி நடந்துவருவது தெரிந்தது. ஏறி மேய்ந்ததை அவர் பார்த்துவிட்டார் என்பது நன்றாகத் தெரிந்தது. அவசரமாக விலகி ஸ்டீரியங்கைப் பிடித்தேன். “நடு ரோட்டுல எல்லாம் காதல் பண்ணக்கூடாது சார். அந்தளவிற்கு நாங்க இன்னும் மேல ஏறி வரல” என்றார், கார் கண்ணாடியைத் தட்டி திறந்தவுடன்.

அடுத்த நிமிடம், அந்த இடத்தைக் கடந்துவிட்டோம். “பிரபல செய்தித் தொகுப்பாளினி நடுரோட்டில் காமக்களியாட்டம்னு நாளைக்கு செய்தி போடுவாங்க” என்றாள், தலைமுடியை இழுத்துக்

கட்டிக்கொண்டு. இதைச் சொல்லும்போது தலைகட்டும் ரப்பர் வாயில் இருந்ததால் கோணிக்கொண்டு சொன்னாள். வண்டியை ஓரம்கட்டி இழுத்துவைத்து ஒரு முத்தம் கொடுத்தேன். அவளது கழுத்திற்கும் மார்பிற்கும் நடுவில் அது பதிந்தது. "ஆனால் அது நல்லாதான் இருந்துச்சு. எழுபது வயசுல பேரப் பிள்ளைகள்ட்ட நீங்க என்னடா பெரிய இதுவ பண்ணிட்டீங்க. நாங்க நடுரோட்டில ரொமான்ஸ் பண்ணவங்கன்னு சொல்லலாம்" என்றாள்.

நாங்கள் நடுச்சாமங்களில், நடுச்சாலையில் காதல்செய்து திரிந்தோம். இந்த இரவு வாழ்க்கைதான் கீர்த்தனாவை என்னை நோக்கி இழுத்தது. அவள் தனியாகத்தான் வீடெடுத்துத் தங்கியிருந்தாள். அவளோடு தோழியொருத்தியும் இருந்தாள். தோழி குளிக்கப்போகும் நேரத்தில் செருப்பை காலில் தூக்கிக்கொண்டு கீர்த்தனாவின் அறைக்குள் ஒரு நண்டைப்போல நகர்ந்து மூடிக்கொள்வேன். அதிகாலையில் அந்தத் தோழி, ஆறரை மணிக்கு வேலைக்குக் கிளம்பியபிறகு அறையைவிட்டு வெளியேறுவேன். நடுயிரவில் அந்தத் தோழியின் அறைக்கதவை வெளிப்புறமாகத் தாழிட்டுவிட்டு என்னை அழைப்பாள் கீர்த்தனா. பூனை மாதிரி வெளியே ஓடிப்போவோம்.

கீர்த்தனாவிற்கு அடைக்கப்பட்ட இடத்திற்குள்தான் இருக்க ஆசை. இரண்டுக்கு இரண்டு குழி தோண்டி, அதற்குள் அவளைப் போட்டால்கூட கீழே இருந்து, 'வா, வந்து கட்டிக் கொள்' என்பதைப் போல மேல்நோக்கி கையை விரித்துக் காட்டுவாள். அவளுக்கு எல்லாமே நெருக்கமாக இருக்க வேண்டும். முக்கியமான விஷயங்களைக் கூட மூச்சுமுட்ட கட்டிப்பிடித்தே சொல்வாள். "எல்லாரும் டி.வி.ல என்னைய பாத்துக்கிட்டே இருக்காங்க. யார் பார்வையிலும் படாம தனியா கட்டிப் பிடிச்சுக்கிட்டு இருக்கத்தான் எனக்குப் பிடிச்சிருக்கு" என்பாள். அவளைச் சிலராவது வெளியிடங்களில் கண்டுபிடித்துவிடுகிறார்கள் என்கிற துயரமும் இருந்தது. அறையில் என்னோடு இருப்பாள். இல்லாவிட்டால் இரவில் காரில் சுற்றுவோம். நாங்கள் நிறுத்தி ஏறிப் படுக்காத இடங்களே சென்னையில் இல்லை.

அவளுக்கு மூர்க்கமான ஒரு அணைப்பு தேவைப்பட்டுக்கொண்டே இருந்தது. அதைக் கொடுக்கிற கரங்கள் என்னுடையதாக இருந்தன. என்னுடைய அணைப்பை வைத்தே அன்றைக்கு என்ன மனநிலையில் இருக்கிறேன் என்பதைச் சொல்லிவிடுவாள். உலகத்தில் காதலர்களுக்கு எப்படி எப்படியோ சண்டைகள் வருகின்றன. ஓடி வந்து அணைக்கையில் இடுப்பை சரியாகக் கவ்விப் பிடிக்கவில்லை என ரெண்டு நாட்கள் சண்டை போட்டாள். ஆனால் பேசாமல் இருக்கவில்லை. திரும்பத் திரும்ப ஓடி வந்து, அப்படிக் குதித்து, மிகச் சரியாக அணைத்துப் பிடிக்க விளையாட்டாய்ச் சொல்லித் தந்தாள். அதை ஒரு பயிற்சிமாதிரிதான் செய்தாள். ஆனால் அத்தனை தடவையும் கொப்பளிக்கிற அன்போடு

குதிக்க வந்தாள். பட்டாம்பூச்சிகள் அவளது கண்களில் மட்டுமே பறந்தன.

அவளது வெற்றுடல் மார்பில் முகம் பதிக்காத சமயங்களில் அவள் தூங்கி நான் பார்த்ததில்லை. என் வேலையை முடிக்கிறவரை கண்களை அகலத் திறந்து விழித்தபடி, இடையிடையே என் இடுப்பை, கைகளை நீட்டிக் கட்டிப் பிடிப்பாள். திரும்பி ஒரு முத்தம் கொடுத்துவிட்டு என் வேலையைத் தொடர்வேன். “வீட்டுல யார கட்டிப் பிடிச்சுக்கிட்டு படுப்ப” என்றேன், முத்தமிட்டு விலகும்போது. “இப்படி ஒரு பொம்மை கிடைக்கும்னு சின்ன வயசுல இருந்து கற்பனையில இருந்தேன். வீட்டுல சின்ன வயசு தவிர்த்து தனியாத்தான் தூங்கியிருக்கேன்” என்றாள்.

பார்த்துக் கொண்டிருந்த வேலையை அப்படியே நிறுத்திவிட்டு அவளை அள்ளி முத்தமிட்டேன். அன்றைக்கும் முழுமையான சம்போகத்தை அவளுக்குக் கொடுத்தேன். சம்போகத்தின்போது அவள் மகிழ்ச்சியாக இருக்கிறாளா? கட்டி உருளும்போது அப்படியா? என யோசித்தால், கட்டி உருளும்போதுதான் அவள் அந்த ரகசிய சிரிப்பைச் சிந்துகிறாள். ஒருநாள் காதை கடித்தபடி, “நீ நெனைக்கிறமாதிரி இல்ல. இரண்டும் கலந்த கலவை நான். என்னை ஆட்டிப் படைக்கும் இடையன் நீ” என்றாள். கண் சிமிட்டிச் சிரித்தேன்.

நாங்கள் கட்டிப்பிடித்து எல்லா இடங்களிலும் உருள்வதை பார்ப்பதற்கென்றே நண்பர்கள் எல்லோருமே விருந்துகளுக்கு அழைப்பார்கள். இதுமாதிரியான விழாக்களுக்கு வெள்ளிப் பளிங்குச்சிலை உடலில், ஆடை ஆபரண நிறங்களைப் பூசி வீதியுலா போகிற களிப்பில் கிளம்புவாள். கல் வைத்திருக்கிற மோதிரங்களுக்கு எடுப்பாக உடைகளை அணிவாள். கழுத்திலும்கூட கல் வைத்திருக்கிற தொங்கட்டான். எனக்குக் கூட கல் பதித்த மோதிரமொன்றை வாங்கி அணிவித்தாள். ஊருக்கு இடையில் போனபோது, “கண்ட கல் வச்ச மோதிரத்தையும் போடக் கூடாது. கழத்தி அதைத் தூற எறி. உன் ராசிக்கு எது செட்டாகும்னு கேட்டுத்தான் போடணும்” என, அம்மா தாழ்வாரத்தில் நின்றிருக்கையில் சொன்னாள். கழற்றப் பிரியமில்லை எனக்கு.

அவள் அறைவாசலில் முழு அலங்காரக் கோலத்தில் வந்து நின்றால், அவளுக்குப் பின்னால் விளக்கில்லாமலேயே சுடரொளி ஏறியிருக்கும். அவளது தோல் மஞ்சளுக்கும் வெள்ளைக்கும் நடுவில் இருந்தது. சின்ன வயதிலிருந்தே தேங்காய் எண்ணெய் தேய்த்து குளித்து வளர்ந்ததால் வந்த மினுமினுப்பு என்றாள். இடுப்பைச் சுற்றி வளைத்துப் பிடித்துக்கொண்டு இரவு ஒளிகளில் நடனமாடுவோம். என்னால் எளிதாக அவளைத் தூக்கி சுழற்ற முடியும்.

விளையாட்டாய் பல நேரங்களில் யோசித்துப் பார்த்திருக்கிறேன். அவளது நண்பர்களில் ஒருத்தனால்கூட அவளைத் தூக்க முடியாது. அவள் கட்டிப்பிடித்தால் டில்லி அப்பளம்மாதிரி நொறுங்கிப் போவான்கள். அதனால்தான் அத்தனைபேரையும் தவிர்த்துவிட்டு என்னை சரியாகக் கொத்தினாளோ? ஓடிவந்து கட்டிக்கொள்கிறவளுக்கு கண்களில் இருக்கிற மின்மினுப்பு, அணைத்து வாரிக் கட்டியணைப்பவனுக்கு பாதி அளவுக்காவது இருக்காதா? அதையும் அவள் உணர்ந்தே இருந்தாள்.

என் நண்பர்களிடம் போய் இந்த விஷயத்தை அவளால் சொல்லக்கூட முடியாது. அவர்களைப் பொறுத்தவரை, அவள் ஒரு மகிழ்ச்சியான கட்டிப் பிடிக்கும் இயந்திரப் பொம்மை. எல்லோரையும் இப்படி அவள் கட்டிப் பிடித்தது இல்லை. மற்றவர்களிடம் தள்ளி நின்று ஒரு ஹலோ மட்டும் சொல்வாள். நெருக்கமாய் உணர்ந்தால் கை குலுக்குவாள். கட்டிப்பிடிக்க நினைக்கும் பல கரங்களுக்கு மத்தியில், அவள் என்னோடு கோர்த்துக் கொண்டு அலைந்தது சிலருக்குப் பிடிக்கவும் இல்லை. அவர்களைப் பொறுத்தவரை, நான் அவர்கள் விரும்பும் கனவு. அங்கே போய் பூஞ்சை படிந்த உடம்போடு நிற்க முடியாது.

பிறகு யாரிடம்தான் என் பிரச்சினையைச் சொல்வது? குடும்பத்தை அழைத்துப்பேசவும் தைரியம் வரவில்லை. எப்போதுமே என்னுடைய பிரச்சினைகளை யாரிடமும் சொன்னதில்லை. ஆச்சி இருந்தவரையில் அவளிடம் எல்லா விஷயங்களையும் கொட்டுவேன். இப்போது ஆச்சி இருந்திருந்தால், அந்தப் பெரிய வீட்டில் எங்கேயாவது ஒளித்து வைத்திருக்கும் மூக்குத்தியை எடுத்து கீர்த்தனாவிற்குக் கொடுத்திருப்பாள். சின்னவயதில் போர்வையைப் போர்த்திக்கொண்டு ஆச்சியின் மூக்குப் பொடி வாசனைக்குள் பொதிந்தபடி கதைகளைச் சொல்வேன். தாத்தா என்னிடமும் பேசியது குறைவுதான். மடியில் படுக்கப்போட்டு அமைதியாகத் தடவி விடுவதுதான் அவருடைய கொஞ்சல். சலுகையாக எப்போதாவது கதை சொல்வார். பெரும்பாலும் ஆச்சியை அடித்த கதைகள். “பொம்பளைக கால்ல விழுந்து கும்பிட்டுக்கிட்டா இருக்க முடியும். ஒரு தடவை மன்னிப்புக் கேட்டு பழகிட்டோம்னா காலுக்கு நடுவுல நக்கச் சொல்லுவாளுக” என்றார், தலையைத் தடவி விட்டபடி. இவர்களைத் தவிர, என் கதைகளை யாரிடமும் சொன்னதே இல்லை. கீர்த்தனாவைத் தவிர இப்போதைக்கு கதை சொல்ல கைவசம் ஆட்களும் இல்லை.

கிளம்ப வேண்டும் என முடிவெடுத்தபிறகு என் நண்பர்களைப் போய்ப் பார்த்து, கீர்த்தனாவிடம் சொன்ன பொய்யையே திரும்பவும் சொன்னேன். “கைல கொஞ்சம் காசு இருக்கு. விவசாய பிராஜக்ட் செய்யலாம்னு க்ரவுண்ட் ஒர்க் பண்ணக் கிளம்பறேன்” என்றேன்.

ஒரு நண்பன் என் தோளில் கை போட்டபடி, "ஏன், டயர்டாவே தெரியுற" என்றான். "ஏ.சி.யிலயே இருந்து பழகிட்டோம்ல. புதுசா நிலவேலைகள்ல வெயில்ல அலையிறேன். அதான்..." என்று சொல்லித் தப்பித்தேன். "மஜா பண்றதுக்கு உடம்பு ரெம்ப முக்கியம் மச்சி. கிளிமேல அடுத்தவன் ஏறி மேஞ்சிறப் போறான்" என்றான் பதிலுக்கு. ஓங்கி அவன் முகத்தில் குத்துவிடலாம் என்று தோன்றவே செய்தது. அடிபட்ட நாய் முனகாமல் இருக்குமா? சொறிபிடித்த நாய்க்கு முனகக்கூட உரிமை தராமல் எப்படி இருக்க முடியும்?

யாரிடமும் சண்டை வளர்க்கும் மனநிலையிலும் இல்லை. உடலும் மனமும் துவண்டிருந்தது. விரைத்துப் பார்க்கிற மஞ்சள் முகத்திடம் இருந்து வெகுசீக்கிரம் தப்பித்துப் போகவேண்டும் என்கிற சிந்தனை மட்டுமே புது இடம் நோக்கிச் செலுத்தியது. அவர்களிடம் இதைப் பற்றியெல்லாம் விளக்கிச் சொல்லவும் முடியாது. விளக்கவும் அந்தக் கடைசி நிமிடத்தில்கூட விரும்பவில்லை. யாராவது ஒருத்தன் அனுசரணையாக உள்ளுணர்ந்து தோளில் கை போட்டிருந்தால் எல்லாவற்றையும் கொட்டியிருந்திருப்பேன். அடியாழத்தில் அப்படி விரும்பவும் செய்தேன். சொல்லிக்கொண்டு வெளியே வந்தபோது, "ஏண்டா, தாங்கித் தாங்கி நடக்கறே" என்றான் ஒருத்தன். "ஜிம்ல வெயிட் அடிக்கும்போது தொடைச் சதை விலகியிருச்சுடா" என்றேன். அவர்களுக்காக, துவண்டு கிடந்த மார்பை நிமிர்த்தி நடந்துபோனேன். அவனுடைய வீட்டிற்கும் வாசலுக்கும் இடையே குறைந்தது நூறு மீட்டர் தூரம் இருக்கும். இருபக்கமும் புற்கள் வளர்த்து நடுவில் நவீன கற்கள் பதித்த அழகிய நடைமேடை அது. நெஞ்சை நிமிர்த்தி ஓதம் வந்தவனைப் போல கால்களை விரித்து நடக்காமல், வலியோடு ஒட்டி வைத்து நடந்தேன். தொப்புளின் ஆழம்வரை சுருக்கென்று வலித்தது. என் வாழ்நாளிலேயே அந்த நூறு மீட்டர் தூரத்தைக் கடப்பதற்குத்தான் நிறையவும் சிரமப்பட்டேன். கொட்டையில் ஓதம் வந்த மஹாராஜாவின் வீர நடை அது.

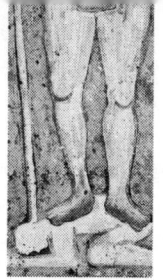

அத்தியாயம் 8

மீனாட்சி அம்மன் கோவிலுக்குப்போன மூன்று நாட்களிலேயே, முகமெல்லாம் காயத்தோடு தெற்குவாயிலில் உள்ள யானை சிலை மீது அமர்ந்திருந்தேன். என் சகாவை, வந்த முதல் நாளில் என்னால் கண்டுபிடிக்க முடியவில்லை. இரண்டாம் நாள் முழுக்கவும் அவனைத் தேடுவதிலேயே செலவழித்தேன். உள்ளூர்ப் பழக்கமில்லாமல் எந்தக் குளத்திலும் இறங்கக்கூடாது என்கிற விதியை மீறிவிட்டேன். வளையல் கடையொன்றிற்கு ஊடாக இறங்கும் சந்தொன்றில் அவனது வீடு இருந்தது. பெரியவீட்டுப் பெண்ணொருத்திமீது கையை வைத்துவிட்டான் ஆறுமுகச்சாமி. அழைத்துப்போய் அடைத்து வைத்து அடித்து அனுப்பினார்கள். திரும்பிவருகையில் நெஞ்சுக்கூடு மட்டும்தான் இருந்ததாம். உடல் படிப்படியாக உருகி வழிந்து செத்துப் போயிருக்கிறான். அடிப்பதற்குமுன்பு எதையோ கலந்து குடிக்க வைத்திருக்கிறார்கள் என, அவனுடைய அம்மா அவனது படத்திற்குக்கீழே நின்றுகொண்டு சொன்னார். "எந்த வம்பு தும்புக்கும் போகாத பயலை இப்படிச் சாய்ச்சுட்டாங்களே!" என்றார்.

ஆறுமுகச்சாமி, கைப்பிடித்து கோவிலுக்குள் போகவேண்டியவன். தனியாகப்போய் மாட்டிக்கொண்டேன். அந்தப் பெண்ணின் மல்லிகைச் சரத்தை கிட்டத்தில்போய் நுகர்ந்து பார்த்ததைப் பார்த்துவிட்டு, அவளுடைய உறவுக்காரர்கள் போட்டு அடித்தார்கள். கோவில் பிரகாரத்தின்வழியே பிருஷ்டம் தரையில் இழுபட, காலை இரண்டுபேர் சேர்த்துப்பிடித்து இழுத்துவந்து வாயிலில் போட்டு அடித்தார்கள். ஊருக்குள் பெரிய தலைக்கட்டுபோல. அடிக்கும்போது காவலர்கள்கூட வந்து தடுக்கவில்லை. காக்கி உடையில் இருந்த ஒருத்தன் அடித்து முடித்ததும் ஓடிவந்து என் கையில் கிடந்த கல் பதித்த மோதிரத்தை விரலில் இருந்து உருவியவுடன், சீக்கிரம் வெளியேபோவென லத்தியால் பின்தொடையில் அடித்தான்.

வெளிவாயிலில் இருந்த யானை சிலைமீது அமர்ந்து மோதிரம் இருந்த விரல்களை வருடியபடி கீர்த்தனாவை நினைத்துக் கொண்டிருந்தபோது, எதிரே இருந்த சிலையில் வந்து அமர்ந்தார் தில்லைநாதன். ஐம்பது வயது இருக்கும் அவருக்கு. ஊதாச் சரிகைநிற வேட்டியில் இறுக்கமான கட்டம்போட்ட ஆரஞ்சுநிறச் சட்டை போட்டிருந்தார். மீசையை கருமையாக வரைந்து, முகத்தையும் வயிற்றையும் உப்பி மூச்சுமுட்டுகிற மாதிரி அவர் அமர்ந்திருந்தபோது, அவரது சட்டைப் பொத்தான்கள் எந்த நேரத்திலும் வெடித்துவிடலாம் என விடைத்தன.

“என்ன அடிச்சிட்டாங்களா! என்னையெல்லாம் அடிக்கறத நிப்பாட்டிட்டாங்க. அப்பாவியா இருக்கேன்னு, பொண்ணுங்கள தொட வர்றவன்னு சொல்லி அடிச்சாங்க. அதுல ஒரு பொம்பள, ஆளப் பாத்தா தெரியவேண்டாமான்னு ஒரு கையால அடிய பிடிச்சா. அன்னைக்கு அவள கும்பிட்டுட்டு வெளியே வந்தவன்தான்; மீனாட்சிய பாக்கறதுக்கு வர்றதே இல்ல” என்று சொன்னபோது, கடவாய்ப்பல்லை ஒரு குச்சியை வைத்து நோண்டினார். அவரிடமிருந்து பார்வையை விலக்கி மறுபடியும் மோதிர விரலைப் பார்த்தேன். “மோதிரத்தையும் புடுங்கிட்டாங்களா? உங்களப் பிடிச்ச கிரகம் விலகுச்சுன்னு நெனைச்சுக்கோங்க” என்றார்.

எழுந்து என் அறையை நோக்கி நடக்கையில், என் பின்னாலேயே இடுப்பை பலமாக ஆட்டி நடந்து தொடர்ந்தார். கருந் தண்ணீர்க்குடம் உருண்டுவருவதைப்போல இருந்தது அவரது நடை. அறைக்குள் நுழைந்த போது, அனுமதி கேட்காமலேயே உள்ளே வந்தமர்ந்தார். எரிச்சலை மறைத்துக்கொண்டு வெளியே போய்விடுங்கள் என்று சொல்வதற்கு முன்னால், “உங்ககிட்ட கொஞ்சநேரம் பேசிக்கிட்டு இருக்கலாமா? எனக்கு பேசறதுக்கு ஆட்களே இல்லை” என்றார். எனக்கும் அப்போது ஒரு துணை தேவைப்பட்டது. கேட்காமலேயே அவருடைய கதையைச் சொல்ல ஆரம்பித்தார்.

தில்லைநாதன் அண்ணாச்சி என்றால் டவுன்ஹால் ரோட்டில் எல்லோருக்கும் தெரியும் என்றார். அவருடைய அப்பா நாற்பது ஆண்டுகளாக அந்தப் பகுதியில் பால் வாங்கி விற்று வியாபாரம் செய்தார். இரண்டு அக்காக்கள், மூன்று தங்கைகளுடன் பிறந்த ஒரே பையன் அவர். அவருடைய அப்பா, மாரடைப்பில் எல்லோருக்கும் திருமணம் செய்துவைப்பதற்குமுன்பே செத்துப்போனார். அத்தனை பாரமும் தில்லைநாதனின் மீது விழுந்தது. சளைக்கவில்லை அவரும். எல்லோருக்கும் திருமணம் செய்துவைக்கிற போராட்டத்தில் இவருடைய திருமணத்தைப் பற்றி யோசிக்கவே இல்லை.

“ஒருத்திகூட, நீ பண்ணிக்கோன்னு சொல்லவே இல்லை” என்றார். எங்கேயாவது போய்ச் சம்பாதித்து, எல்லோருடைய வீட்டிற்கும் கொண்டு போய்க் கொடுத்துவிட்டு வருவார். போகிற இடத்தில் சாப்பிட்டுக்

கொள்வார். அவரது அப்பாவித்தனம் தொழிலிலும் சுகப்பட்டு வரவில்லை. தட்டுத்தடுமாறி கல்யாணங்கள் வரை எழுந்துவந்தவர் அதற்கடுத்து சிறுவியாபாரத்தில் குப்புற விழுந்துவிட்டார். கொடுக்கல் வாங்கல் கணக்குகள் அவருக்கு மறக்க ஆரம்பித்தன. தீராத மறதிநோய் அவரது வணிகத்தை குலைத்துப் போட்டது. அச்சாபீஸ் ஒன்றில் எச்சில் சோற்றிற்காக இப்போது வேலை பார்க்கிறார்.

பிள்ளைகளுக்கு இனிப்பு வாங்கிக்கொண்டு சின்ன அக்காவின் வீட்டிற்குப் போயிருக்கிறார். வீட்டில் யாரும் இல்லை. பாவாடையைத் தூக்கிய நிலையில், ஜட்டி தெரிய தங்கையின் பதிமூன்று வயதுப் பெண் குழந்தை தூங்கிக் கொண்டிருந்திருக்கிறாள். ஏதோ ஒன்று உந்தித்தள்ள தொடையில் கையை வைத்துத் தடவிவிட்டார். அவருடைய அம்மா வந்ததும் ஓடிப்போய் விஷயத்தைச் சொல்லியிருக்கிறாள். "அடக் கிறுக்கு மூதி. மாமன் அப்படிச் செய்வானா? விலகியிருக்கும் எடுத்து விட்டிருப்பான்" என, அவருடைய தங்கை சொல்லும்போதே அந்தப் பெண் முறைத்துப் பார்த்தாளாம். அவளுடைய அம்மா அந்தயிடத்தை விட்டு அகன்றபிறகு இவர் வாங்கிக் கொடுத்த, சீனி தடவிய வெண்ணை ரொட்டியை பக்கத்தில் ஓடிய சாக்கடையில் போட்டாளாம்.

"அந்தப் பார்வைய என்னால தாங்க முடியல. ஸ்கூல்ல டீச்சர் திட்டுனாங்கன்னு தீயக் கொளுத்திக்கிட்டா. என்ன காரணம்னு யாருக்கும் தெரியல" என்றார் அவர். பள்ளிக்குப்போய்க் கேட்டபோது, அப்படி ஒரு சம்பவமே நடக்கவில்லையெனச் சொல்லியிருக்கிறார்கள். ஏற்கனவே அப்பாவியாய் இருந்த ஒருத்தரின் முதுகில் குற்றவுணர்வும் வந்து சவாரி செய்ததால் தொழிலில் மனதை விட்டுவிட்டார். ஏதோ கிடைத்தால் போதும் என ஐந்து நாட்கள் உழைப்பார். சனி, ஞாயிறு விடுமுறையில் கோயில் கோயிலாக அலைவார்.

"ஒருதடவ, நைட்டு நெஞ்சுல ஏறி உக்காந்துக்கிட்டு முறைச்சா. படுத்த வாக்கிலயே கையெடுத்துக் கும்பிட்டேன். தலையைத் திருப்பிக்கிட்டா" என்று அவர் சொன்னபோது நான் தலையைத் திருப்பினேன். என் துணிமணிகளையெல்லாம் எடுத்துப் பையில் வைத்தபிறகு, "என்கூட ஒரு இடத்துக்கு வருவீங்களா" என, சாந்தமான குரலில் கெஞ்சும் தோரணையில் கேட்டார். அப்போது அங்கிருந்து எங்கேயாவது போகவேண்டும் என்று எனக்கும் தோன்றியது. ஆனாலும் இரட்டை மனநிலையில் இருந்தேன்.

"நம்பி வரணும். அதுவும் கோவில்தான். அடிக்கிற ஆட்கள் அங்க இருக்கமாட்டாங்க" என்றதும், உடனடியாக அவருடன் கிளம்பத் தீர்மானித்துவிட்டேன். எங்கே போகிறோம் என்று கேட்கவேகூடாது

என முடிவு எழுந்துவந்தது. பேருந்து எங்கே போகிறது என்றுகூடப் பார்க்கவில்லை. அவர் நடக்கும்போது நானும் கூடச்சேர்ந்து நடந்தேன். மலையடிவாரக் கோவில் ஒன்றிற்கு நடந்துபோனார்.

"இதில்லை, அந்தக் கோவில். அங்க போறதுக்கு முன்னாடி ஆத்தா ராக்காயி முகத்தைப் பாத்துட்டுப் போயிடலாம்" என்றார்.

"யார் ராக்காயி" என்றேன்.

"துடியான பெண்தெய்வம்லா" என்றார்.

"நான் பொம்பளைங்கள கும்பிடறதில்ல" என்று விடைத்துச் சொன்ன போது, என் கண்களைப் பார்த்தபடி "அடேயப்பா, பெருசுக்கு என்ன கோபம் பாரு" என்றார் சிரித்துக்கொண்டே. கையைப் பிடித்து உள்ளே போகிறபாதையில் அவர் இழுக்க முயன்றபோது கைகளைத் தட்டி விட்டேன். "நாம போற எடத்துக்கே போயிடலாம்" என திரும்பி நடந்தார். பேருந்தில் போகையில் யாரோ பார்ப்பதுபோலத் தோன்றியதால் விழித்துப் பார்த்தேன். பக்கத்தில் அமர்ந்திருந்த அவர் தலையை வலது புறம் கீழே குனிந்து திருப்பி என்னையே பார்த்துக் கொண்டிருந்தார். "சாமி மலை இறங்கிடுச்சுபோல" என்றார். நான் புரியவில்லை என்பது போல தலையசைத்தேன். தூங்குங்க என, சைகை காட்டினார். இடையில் எங்கேயும் என்னை எழுப்பவில்லை. அடித்துப்போட்டதுபோல தூங்கினேன். எழுந்தவுடன் தற்செயலாக கொண்டுவந்த பையைத் தேடிய போது அது காணாமல்போயிருந்தது. பதற்றப்பட்ட என்னிடம், "அங்க கிடைக்காதது எதுவுமே இல்லை. கவலைப்படாதீங்க. தலைக்கு வந்தது தலைப்பாகையோட போச்சு" என்றார்.

இறங்கியது ஒரு மலையடிவாரக் கிராமத்தில். எச்சில் சாமி கோவில், இரண்டு கிலோமீட்டர் என, சிவப்புமையால் சுவற்றில் எழுதிவைத்திருந்தார்கள். முதுகைத் திருப்பி ஒரு கல்லின்மீது அவர் அமர்ந்திருந்த தோற்றம் வரையப்பட்டிருந்தது. முகத்தைப் பார்க்க எனக்குத் தோன்றவில்லை. எதிரே தெரிந்த ஒற்றையடிப் பாதையில் இறங்கி நடந்தார். இரண்டுபக்கமும் பருத்திச் செடிகள் எல்லாமும் காய்ந்து கிடந்தன. நூறில் ஒன்று மட்டுமே துளிர்க்கிற தோரணையைக் காட்டியது. அந்தக் கோவிலை நெருங்கும்போதே சர்க்கரைப் பொங்கல் வாடை மூக்கில் படர்ந்தது. எனக்கான இனிப்பு அதுதான் என உடனடியாகக் கண்டுகொண்டேன். என் மூளைக்குள் குனிந்து நிமிர்கிற உடல்களின் சித்திரங்கள் வரிசை கட்டின. நெஞ்சுயரம் இருந்த குத்துக்கல் ஒன்றை ஒரு கையால் பிடித்துக்கொண்டு மறுகையை இடுப்பில் ஊன்றி நான் வந்துசேர்கிறவரை காத்திருந்தார். அவரது ஒரு கையில் தொங்கிய மஞ்சள் பையில் ஒரு உருவம் வரையப்பட்டிருந்தது. அந்த உருவத்திற்குக் கீழே 'சுபி' என்று, ஏதோ கருப்பு மையால்

அச்சிடப்பட்டிருந்தது. நொடி வேகத்தில் பையைத் தூக்கி வயிற்றில் பொதித்து, வேட்டியை வைத்து மறைத்துக் கட்டினார்.

அவர் மேற்கொண்டு நடப்பார் எனக் காத்திருந்தேன். பொறுமையாக வானத்தை நோக்கி மூச்சுவிட்டார். என் கண்களைப் பார்த்து ஒளி பொங்கச் சிரித்தார். "இடையனை நம்பி ஆடு வந்துட்டாபோதும். இரைக்குப் பஞ்சமில்லை" என்றார். புரியாமல் பார்த்துக் கொண்டிருந்தபோது, "என் எல்லை முடிஞ்சிருச்சு. இனிமே உன்னோட எல்லை ஆரம்பிக்குது. திரும்பிப் பார்க்காமல் நடந்து போ" என்றார்.

"யாரைப் போய் நான் பார்ப்பது" என்றேன்.

"உனக்காக ஒருத்தர் காத்துக்கிட்டு இருப்பார். அவரு ஒன்ன பாத்துக்குவார்" என்றார்.

"புரியல. நான் ஏன் நீங்க சொல்றதையெல்லாம் கேட்கணும்" என அவரை துச்சமாக நினைக்கும் தோரணையில் சொன்னபோது, அவர் மஞ்சள் பூத்த பற்களைக் காட்டிச் சிரித்தபடி சொன்னார்.

"நீ மதுரை கோவிலுக்கு வருவேன்னு எனக்கு பத்துநாளுக்கு முன்னமே தெரியும். தலைக்குமேல உச்சில சூரியன், மகர ரேகையில ஏறுன நேரத்தில ரத்தம் சொட்ட யானை சிலைமேல ஒருத்தன் உக்காந்திருப்பான். அவனக் கூப்டுட்டு வந்துருன்னு போனதடவை போனபோது சாமி சொன்னாரு. தினமும் கோவில்ல அந்த நேரத்தில போய்ப் பார்ப்பேன். என் கடமைய முடிச்சிட்டேன்" என்றார். அடிவயிற்றில் வலி மெல்லிய சவ்வென பரவியது. ஆனால் காதுமடல்களில் மெல்ல மயிலிறகால் வருடுவதுபோலவும் அந்த உணர்வு இருந்தது. சர்க்கரைப் பொங்கலில் கொட்டியிருக்கிற நெய்வாசம் அவர்மீது இருந்து அடித்தது.

"உன்னோட ஒப்பந்தம் செல்லுபடியாகாது. என்னைப் பணயம் வைக்காதே" என்றேன், தலையை தெற்கு நோக்கித் திருப்பியபடி.

"ஓஹோ, சாமி மறுபடியும் மலைக்கு வந்திடுச்சா" என்றார்.

எதுவும் பேசாமல் நான் முறைத்துப் பார்த்துக்கொண்டிருந்தபோது, "அவனக் கொண்டுவந்து விட்டுட்டு நீ எல்லையிலேயே திரும்பிப் பார்க்காமலே போயிடு. வந்து நின்னு மொறைக்கிறவன் விருப்பமும் இங்க வர்றதுதான்னு சாமி சொன்னார். உன் சோத்தில மண்ணை அள்ளிப் போட்டேனா? கொடுத்துச் சிவந்த உள்ளங்கையைப் பாரு. எனக்குத் தெரியாம ரத்தக்கறை ஒட்டிருச்சு. என் தப்பா அது?" என்றார்.

அமைதியாய் உற்றுப் பார்த்த என்னிடம், “கூடுசேர நேரம் வந்து விட்டது” என்றார்.

இல்லையென்று கோபத்தைத் தேக்கி, கண்களை உருட்டித் தலையசைத்த போது, “மூஞ்சில மஞ்சள காட்டிட்டா தடம் தெரியாம ஏமாந்திருவேனா? ரெண்டுபேரும் எதிரெதிர் திசையில போறதுக்கு நேரம் வந்திருச்சு” என அவர் சொல்லிக்கொண்டிருந்தபோது மலையடிவாரத்தில் இருந்து இரண்டு பெரும் காற்றுக்குமிழிகள் உருவாகி எங்களை நோக்கி வந்தன. காய்ந்துபோன பருத்திச் செடிகளை வேரோடு பிடுங்கி மூர்க்கத்தோடு எங்களை நோக்கி வந்தன. காற்றுக்குமிழி என்னை நோக்கி வந்தபோது சுழன்றடித்துப் போய் விழுந்த இடத்தில் கிடந்து உருண்டு படுத்தவாக்கில் வானத்தை நோக்கிப் பார்த்தேன். அந்த இன்னொரு சூறைக்குமிழி மலையடிவாரத்தை நோக்கி எனக்கு எதிர்த்திசையில் சுற்றிக் கடந்தது. வெறும் காற்றுச்சுழல் அது. உள்ளுக்குள் அவர் இல்லை. என்னருகே அவரை தேடிப் பார்த்தேன். என்னைப் பணயம்வைத்து விட்டுத் தப்பித்துப் போயிருந்தார் அவர். என் கழுத்திற்குப் பின்னால் மயிலிறகால் வருடுவதைப்போல சர்க்கரைப் பொங்கல் வாசம் எழுந்து வந்தது.

அத்தியாயம் 9

“வெராம எங்க போயிருவ. கால ஒடிச்சுப்போட்டும் நீ திருந்தலியே! நான் சொல்லாம நீ எதுக்கு நிலத்துக்குப்போன? எல்லாத்துக்கும் முறையான நேரம் வர்ற வரை காத்திருக்க முடியாதா” என, என் முதுகிற்குப் பின்னால் இருந்து ஒரு குரல் கேட்டது. தலையை என்னால் திருப்பவே முடியவில்லை. முதுகில் யாரோ வருடுவதுபோலத் தெரிந்தது. அமர்ந்த நிலையிலேயே கைகளை ஊன்றி, கழுத்தை மட்டும் திருப்பிப் பார்த்தேன். நான்கு கால்கள் தெரிந்தன. இரண்டு கரிய உலக்கைகள், மரக்கட்டை செருப்பணிந்து நிலத்தில் ஊன்றி நின்றுகொண்டிருந்தன. மற்ற இரண்டு கால்கள் எந்த விலங்கினுடையவை? நாய்தான் அது என்பது தெளிவாகப் புரிய ஆரம்பித்தது. நாய்க்கு நான்கு கால்கள் இருக்குமே?

கரிய உலக்கைகளிலிருந்து பார்வையை விலக்கி, கூர்ந்து இன்னொரு பக்கத்தைப் பார்த்தேன். இடுப்பில் இருந்த கால்கள் தரையோடு புதைந்து போயிருந்தன. முன்னங்கால்களை ஊன்றி பிருஷ்டத்தை இழுத்து இழுத்து அந்தக் குடிசைக்குள் நகர்ந்துபோனது. நாய் இப்படி தேய்ந்து ஊர்ந்து பார்த்ததே இல்லை. விபத்தொன்றில் முதுகுத் தண்டுவடத்தில் அடிவாங்கிய அண்ணன் ஒருத்தர் இப்படித்தான் கைகளை தார்ச்சாலையில் ஊன்றிக்கொண்டு இடுப்பைத் தேய்த்து ஊர்ந்துபோவார்.

“செஞ்ச பாவக் கணக்க காலம் தீர்க்காமவிடாது” என, அவரைப் பார்த்துச் சொல்லி விட்டு கடந்துபோனார் இளம்பெண் ஒருத்தி.

எழுந்து நிற்க முயன்றேன். இடுப்புக்கு கீழே எதுவும் செயல்பட முடியாதபடி ஒரு உணர்வு. “ரெண்டுபேரும் நிலத்தை தேய்க்கணும்னு எழுதிவச்சிருக்கு” என்றார் எச்சில் சாமி. அப்போதுதான், சாமியின் கண்களைப் பார்க்கவேண்டும் என்று தீர்மானித்து தலையைத் திருப்பி

தூக்கினேன். உடலை வளைத்து, அவரை நோக்கி உட்கார்ந்தவாக்கிலேயே ஊர்ந்து திருப்பினேன். எனக்குமுன்னே மாலைச் செவ்வானம் விரிந்து கிடந்தது. தாத்தாவின் பங்களாவிற்கு வெளியே கோலி விளையாடுகையில், காலைச் செவ்வானத்தை பார்த்தது நினைவிற்கு வந்தது. செந்நிறப் பந்து அச் செவ்வானத்திற்கு செங்குத்தாக மேற்கில் இறங்கியது. செம்மை கலந்த வெண்பஞ்சுப்பொதி சூரியனை ரத வடிவில் சுமந்து ஆழத்திற்குள் இறங்கியது. "காலைச் செவ்வானம் கலகம். மாலைச் செவ்வானம் மழை" என்றார். சூரியன் என் முகத்திலிருந்து ஒளியை அடக்குகிறவரை கண்களை விலக்காமல் காத்துக் கிடந்தேன். அவரும் பொறுமையாக தரிசனம்கொடுக்கும் தோரணையில், ஒரு கையை இடுப்பில் ஊன்றி இன்னொரு கையில் உள்ள குச்சியால் என் கழுத்துச்சதை ஒட்டியிருக்கிற தோள்பட்டையில் ஊன்றிக்கொண்டு நின்றிருந்தார்.

ஒன்றைத் தவிர எல்லாமும் எனக்குத் தெரிந்தது. குட்டையான கரிய இடுப்பில் பச்சை வேட்டி கட்டியிருந்தார். கழுத்தில் பச்சைத்துண்டை தொங்கப்போட்டிருந்தார். தலையில்கூட பச்சையாய் ஏதோ உறுமால் கட்டியிருப்பதைப்போல தெரிந்தது. தலையில் சுற்றியிருக்கிற பச்சைத் துண்டை பார்க்க ஆரம்பித்தேன். அவருக்குப் பின்னால் ஒளியடங்க ஆரம்பித்தது. இருளும் ஒளியும் பிரியும்நேரத்தில் அவரது முகத்தைப் பார்த்தேன். குடிலின் மஞ்சள் விளக்கொளி அவரது முகத்தில் ஏறியிருந்தது. அதை என்னால் பார்க்கவே முடியவில்லை. கண்கள் கூசவும் பார்வையை விலக்கினேன்.

அதற்குப்பிறகு அவரது முகத்தை நான் ஏறிட்டும் பார்த்ததில்லை. முதலிரண்டு நாட்கள் கால்களை இழுத்துக்கொண்டு அந்தக் குடிலைச் சுற்றியிருக்கிற நிலப்பரப்பில் ஊர்ந்தேன். முதல் தடவை வந்ததற்குப் பிறகு, அந்த நாய் என்னை திரும்பிக்கூடப் பார்க்கவில்லை. ஊர்ந்து அதன் அருகே போகும்போது அதுவும் வேறுபக்கமாக நகர்ந்து தள்ளிப்போய்ப் படுத்துக்கொள்ளும். அந்த நாயின் பக்கவாட்டுத் தோற்றத்தைத்தான் என்னால் பார்க்கமுடிந்தது. அதன் முகம் இருக்கிற பக்கத்தில் போய் அமர்ந்து பார்க்க எவ்வளவோ முயற்சிசெய்தும் என்னால் முடியவில்லை. எங்கள் இருவரையும் தூரத்தில் இருந்து சாமி பார்த்துக் கொண்டிருந்தார். தினந்தோறும் அதை விரட்டுவதை நான் நிறுத்தவில்லை. அந்த நாய் என்னை வெறுப்பதுபோலத் தெரிந்தது.

எனக்குக் கிடைத்த லட்டொன்றை ஒருதடவை அதனை நோக்கித் தூக்கிப்போட்டேன். தொடக்கூட இல்லை அதை. அது எப்போது சாப்பிடும்? எப்போது தூங்கும்? எதுவுமே தெரியவிடாத என் எல்லைக்கு வெளியேதான் அது வாழ விரும்பியது. எனக்கும் அதற்கும் இடையிலான தூரம் படிப்படியாக அதிகரித்தது. என் கண்ணுக்குப் பக்கத்தில் படுத்துக் கிடந்த அது, ஒரு அதிகாலைக்குப் பிறகு தூரத்தில்போய்ப் படுத்துக் கொண்டது. அது படுத்துக்கிடக்கிற இடத்திற்கு மண்தரையில் ஊர்ந்து போனால் கால்சட்டை கிழிந்துவிடும்.

அதற்கடுத்து வந்த பத்து நாட்களில் எச்சில் சாமி என் பக்கத்திலேயே வரவில்லை. அவர் பக்கத்தில் போகவேண்டும் என எனக்கும் தோன்றவில்லை. பத்தாம் நாள் கோவிலுக்கு யாரும் வரவில்லை. சத்தியத்திற்குக் கட்டுப்பட்டதுபோல அன்று வழக்கமாக வரும் பறவைகள்கூட வரவில்லை. பாதி வெயிலடிக்கிற தாழ்வாரத்தில் அமர்ந்திருக்கும்போது எனக்குமுன்னே காட்டுச்சிலம்பன் பறவைகள் வந்தமர்ந்து இரைகளைக் கொத்தியபடி இருக்கும். சுட்டெடுக்கப்பட்ட விபூதி நிறத்தில் குருவிகளைவிட அளவில் பெரிதானவை. முதல் நாள் என் அருகில் வர அவை பயப்பட்டன. அவைகளை ஓடித் துரத்தமுடியாத முடவன்தான் என எளிதாக அடையாளம் கண்டும் கொண்டன.

மூன்றாம் நாள், என் கையைத் தூக்கிப் பிடிக்கிற கிட்டத்தில் அவை இரை மேய்ந்தன. ஏழேழு குருவிகளாக, கூட்டமாக இரை தேடவரும் அவைகளைக்கூட காணவில்லை. வந்த முதல்நாள் என் தலையில் தட்டிய அண்டங்காக்கை ஒன்றையும் காணவில்லை. காற்றில்லாமல் மரங்கள் சிறு மூச்சசைவுகூட இல்லாமல் நின்றுகொண்டிருந்தன. சிறு சப்தமும் இல்லாமல் நிசப்தம் அடத்தியாய்ப் பரவியிருந்து.

அந்த நாய் இருக்குமா? என ஊர்ந்து தேடிப்பார்த்தேன். அதையும் காணவில்லை. சாமி படுத்துக்கிடக்கிற இடத்தில் அவர் காலையில் போர்த்தியிருந்த போர்வை மட்டுமே கிடந்தது. வந்த நாளில் இருந்து பசியே பார்க்கவில்லை. சாமியைப் பார்ப்பதற்கு ஜனங்கள் வந்தபடியே இருப்பார்கள். எல்லாவகைப் பெண்களும் வருவார்கள். கையை கால்சட்டைக்குள் கொண்டுபோவேன். அடிவயிற்றை கவ்விப் பிடிக்கிற வலி, சோளத்தட்டையின் விஷ வேர்போல குத்தும். சாமி, தூரத்தில் இருந்து பார்ப்பதுபோலத் தோன்றியவுடன் கையை அகற்றிவிடுவேன். ஆனால் உடலில் அது ஊறிக்கொண்டே இருந்தது. உடலெங்கும் அரிக்கும். நிமிட இடைவெளி இல்லாமல் சொறிந்தபடி இருப்பேன். அழுத்திச் சொறிந்த சிவப்புத்திட்டுகள் புண்ணாகின. கைகளில் சொறிந்து கொப்புளங்கள் வந்தன. ஆசனவாய்க்கு அடியில் நேர்மேலே விரைகள் இருக்கிற இடத்தில் பாம்புவிரலைக் கொண்டு குத்திச் சொறிந்ததால் குழியாகிவிட்டது. மூன்று அங்குல ஆணியொன்றைச் சுத்தியலால் அடிக்கும்போது வரும் வலி, அந்தச் சிறு ஓட்டையில் இருக்கும். என் வயிறுவரை அந்த ஓட்டை இருக்கலாம் என்றுகூட எனக்குத் தோன்றுவதுண்டு.

தூரத்தில் நின்று பார்த்தாலே புண்கள் இருப்பது தெரியும். பத்து நாட்களில், எப்படி இவை இந்தளவிற்குப் பெரிதாகின எனப் புரியவே இல்லை. சொறிவதை மட்டுமே காலையிலிருந்து அசந்து தூங்குகிறவரை செய்துகொண்டிருந்தால் என்ன நடக்கும்? யாரும் துச்சமாக நடத்தவில்லை அங்கே. சாமியைப் பார்க்கவரும் ஜனங்கள் முப்பது ரூபாய்க்கு பார்சல் டீ வாங்கிவருவார்கள். அவருக்கு டீ குடிப்பது பிரியம் என்பதால் அப்படிச் செய்வார்கள். இல்லையென்றால்,

கண்ணாடிப் பேழைகளுக்குள் போட்டு விற்கும் லட்டை வாங்கிக்கொண்டு வருவார்கள். நிறையப்பேர் அப்படி கொண்டுவந்தால் பரிகாரத்தில் காத்துக் கிடப்பவர்களுக்கு அரை லட்டு கிடைக்கும். இல்லாவிட்டால் தூளாக்கி அங்கிருக்கிற எல்லோருக்கும் பகிர்ந்து கொடுப்பார்கள். கோவிலில் சிலநேரங்களில் கேசரி செய்வார்கள். கவனித்துப் பார்த்தேன், எல்லோருமே இனிப்பைத்தான் வாங்கிக்கொண்டு வந்தார்கள். “இனிப்புன்னாதான் சாமிக்கு ரெம்ப இஸ்டம். வெறும் சக்கரையை ஒரு டம்ளர் தண்ணீல கலந்து குடுத்தாக்கூட பொட்டாட்டம் குடிச்சுக்குவாரு” என்றார், என் கையில் முழு லட்டைத் திணித்த அம்மா ஒருத்தி.

யாரும் வராத அந்த நாளின் மதியத்திற்குப்பிறகு எனக்கு கடுமையாகப் பசிக்க ஆரம்பித்தது. காலை, கையை ஆட்டாமல் ஒரே இடத்தில் அமர்ந்திருந்தால் வலி இல்லாமல் இருந்தது. சொறிவதையும் கொஞ்சம் நிறுத்தியிருந்தேன். யாராவது வருவார்களா என்கிற கவனத்தில் சொறிவதை நிறுத்தியிருப்பது புரிந்தது. அது புரிந்தவுடன் மறுபடியும் சொறிந்தேன். பசியால் உள்ளிழுக்கும்போது, வயிறு அடிவயிற்று நரம்புகளையும் மேல் நோக்கி இழுத்தது. என் உறுப்பில் தாங்கமுடியாத வலி. அடிவயிறு துடிப்பதை உடனே நிறுத்தவேண்டும். பசி என்கிற உணர்வு புறப்பட்டு வருகிறபோதுதான் வலி தன்னைப் போல சாதுவாக முகத்தைக் காட்டி பிற்பாடு கோரைப்பற்களைக் காட்டுகிறது.

பல்லைக் கடித்துக்கொண்டு குடிசைக்குள் ஊர்ந்துபோனேன். சாமி படுத்துக்கிடந்த படுக்கைக்கு அருகில் லட்டொன்று கிடந்தது. எடுத்து வாயில் வைக்கப்போகும்போது குமட்டியது. விடாப்பிடியாக வாயில் வைத்தபோது அதைக் கடிக்க முடியவில்லை. திரும்பவும் கடித்தேன். ரப்பர் பந்துகளைக் கடிப்பதுபோல இருந்தது. யாரோ சாமிக்கு வேண்டுதலுக்காக ரப்பர் லட்டைத் தந்திருக்கிறார்கள் என்கிற வெறுப்பில் தூக்கி, சாக்கடை ஒன்றின் திண்டின்மீது அந்த ரப்பர் லட்டை முடிந்தளவிற்கு பலம் கொண்டு எறிந்தேன். அது சிதறி பூந்திகளானது.

வேகமாக அதை அள்ள அந்தச் சாக்கடைத் திண்டை நோக்கி ஊர்ந்த போது, அந்த பூந்திச் சிதறலை மூடிக்கொண்டு சாக்கடை ஓடியது. மழையே இல்லாமல் வெயிலடிக்கிற நாளில் எங்கிருந்து இப்படி தண்ணீர் பொத்துக் கொண்டு ஊற்றுகிறது? ஏதோ என்னைச் சுற்றி நடக்கிறது என்பது மட்டும் புரிந்தது. பயம் வரவில்லை. அந்த நேரத்தில் பசியைத் தவிர வேறு எதையும் நினைக்கவில்லை. அடிவயிற்றில் கொத்திக் கிழிக்கிற வலி இரையை ஞாபகப்படுத்தியது. கோவிலுக்குள் எதுவுமே கிடைக்காது என்பது புரிந்தது. கோவிலை வேறு கரங்கள் கட்டுப்படுத்துகின்றன என்பதை முழுமையாக உணர்ந்தேன்.

அந்தக் குடிசை வேய்ந்த வராந்தாவை விட்டு வெளியேறினேன். வெளியே வெயில் தகித்துக்கொண்டிருந்தது. சூடு தெரியவில்லை எனக்கு. ஆனால் குறுங்கற்கள் உள்ளங்கைகளில் குத்திய வலி தோள்பட்டை வரை பரவியது. கைகளை எடுத்துச் சட்டையில் தேய்த்துக்கொண்டு, அந்த நிலத்தின் எல்லையைச் சுற்றித் தவழ்ந்து வட்டமடித்தேன். முதல் முறை, ஒரு வட்டத்தை இப்படியே சுற்றித் தவழ்ந்தபிறகு மறுபடியும் என்னை அறியாமல் வட்டமடிக்க ஆரம்பித்தேன். செவ்வானம் மேற்கில் இறங்குகிறவரை கோவிலில் எல்லையைச் சுற்றி இரையைத் தேடித் தவழ்ந்தேன். நான் யார்? எங்கிருக்கிறேன்? என்ன செய்கிறேன்? எதுவும் அறிய முடியாத எல்லை வட்டமது.

அந்த வட்டத்தின் ஓரமாக தவழ்வதைத் தவிர வேறு எதுவும் அப்போது எனக்கு விதிக்கப்படவில்லை. இன்னும் அரை மணிநேரத்தில் இருள் வந்துவிடும். என் தலையில் தட்டிய காகம் எல்லைக்கு அருகாமையில் இருந்த கம்பிவேலி போட்ட தோட்டத்து நிலத்தின் வரப்பில், வடை ஒன்றைக் கொண்டுவந்து போட்டது. எனக்குமுன்னே ஒரு வாய்க்கால் ஆழமாக வெறுந்தடத்தில் ஓடியது. தவழ்ந்துபோய் தண்ணீர் ஓடாத அந்த வாய்க்காலில் சரிந்து விழுந்தேன். நெருஞ்சி முற்கள் உடலெங்கும் ஒட்டி வலியெடுத்தது. முற்களொட்டிய முகம் நிலத்தில் புதைந்துகிடந்தது. பலத்தைத் திரட்டிக்கொண்டு எழுந்து அமர்ந்து அந்த வாய்க்கால் குழிக்குள் இருந்து மேலேற அந்த நிலத்தின் வரப்பைப் பிடித்தேன். கம்பி வேலிக்கு அந்தப்புறம் வடை கிடந்தது. கழுத்தை கம்பிக்குள் நுழைத்து, வயிற்றை வரப்பில்வைத்து உள்ளூர்ந்தபோது, அந்த வடைக்குப் பக்கத்தில் கண்ணாடிவிரியன் படுத்துக் கிடந்தது. "வலியை உணர்ந்து பின் தொடர்ந்து போ. அதைப் பின்தொடர்கிற நேரத்தில் எடைபோடுகிற உரிமை உனக்கு இல்லை. எண்ணங்களுக்கு உன்னை ஒப்புக்கொடுத்து விடு. எண்ணங்களை உருக்குகிற சட்டியொன்றின் பெயரை அறிவாய். எண்ணங்கள் சொல்கிற திசையில் போய் கணக்கைத் தீர்த்துவிடு" என்று சொல்லிவிட்டு, அந்த வடையைத் தூக்கிக்கொண்டு மொச்சைக் காட்டிற்குள் ஓடி மறைந்தது. அந்த இரவு முழுவதும் நான் வாய்க்காலில் தூங்கியதாக மறுநாள், சாமியோடு இருக்கும் ஒருத்தர் சொன்னார். படுத்துக் கிடந்த தாழ்வாரத்தில் எனக்குப் பக்கத்தில் இலையைக் கிழித்து அதில் கேசரி வைக்கப்பட்டிருந்தது. நெய் வாசம் என்னை சாமியை தேடச் சொன்னது. "சாமி, நேத்து எங்க போயிருந்தார்" என்றேன். "இங்கதான எல்லாரும் இருந்தோம். நாங்க உன்னத் தேடிக்கிட்டு இருந்தோம்" என்றார் அவர். "நான் எங்க இருந்தேன்" என்று கேட்டேன். "சாமியின் மடியில் இருந்தாய்" எனச் சொல்லிவிட்டு, திரும்பிப் பார்க்காமல் நடந்து போன அந்த உலக்கைகளை எங்கேயோ பார்த்தமாதிரி இருந்தது.

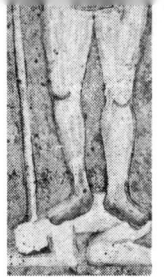

அத்தியாயம் 10

என் கை, கால்களை துழாவிப் பார்த்தேன். காயங்கள் நம்பமுடியாத அளவிற்கு ஆறியிருந்தன. காலையில் இருந்தே சொறியவில்லை என்பதும் உறைத்தது. யாருக்கும் தெரியாமல் சட்டையை இழுத்து மூடிக்கொண்டு கால்சட்டையை அவிழ்த்து, ஜட்டியில்லாத அடிவயிறைப் பார்த்தேன். ஒவ்வொரு முடியாய்ப் பிடுங்கிய காயங்கள்கூட ஆறியிருந்தன. தடவிப் பார்த்தேன். மயிலிறகால் வருடுவதுபோல இருந்தது. பச்சைக்கலர் குவாலீஸ் காரொன்று வந்து நின்றது. அவர்கள் இறங்குவதற்குள் விறுவிறுவென உடைகளைச் சரிசெய்தேன். வலியில்லாமல் இருந்தது. காரிலிருந்து ஓணம் பண்டிகைகளின்போது அணிகிற மஞ்சள் சேலை, பச்சை ஜாக்கெட்டுடன் இறங்கிய பெண் அப்படியே கீர்த்தனாவைப் போலவே இருந்தாள்.

இங்கு வந்தபிறகு கீர்த்தனாவின் ஞாபகம் அன்றுதான் வந்தது. பச்சை ஜாக்கெட்டை முட்டிக்கொண்டு நிற்கும் காம்புகள் தெரிந்தன. துணியோடு ஒட்டியிருக்கிற மார்புக்காம்புகளை மிகச்சரியாக கிள்ளிப் பிடிப்பேன். என் உடலோடு அவள் ஒட்டி மேய்ந்துகொண்டிருக்கும் போதுகூட, சுரிதார் சுற்றியிருக்கிற மார்பில் காம்புகளைத் தேடும் என் கைகள். அவள் என்னை நோக்கித்தான் நடந்துவந்தாள். முடவன் என்பது தெரிந்துவிடக்கூடாது என்பதற்காகச் சம்மணமிட்டு, தியானம் செய்வதைப் போல பாவனை காட்டினேன். உடல் எனக்கு ஒத்துழைத்தது. நின்றுவிடலாம் என்கிற நப்பாசையுடன் எழுந்து நிற்க முயன்றேன். அது முடியவில்லை என்பதால் பொத்தென கீழே விழுந்தேன். கைகளை உயர்த்தி, உடற்பயிற்சி செய்வதைப் போல உயர்த்தினேன். அந்தப் பெண் எதையும் பார்க்கவில்லை.

கலைந்து கிடந்த தலைமுடியைச் சரிசெய்தேன். அவளோடு சேர்ந்து நான்கு பெண்கள் இறங்கினார்கள். மலையாளிகளைப் பார்த்தால்

இங்கே பெட்டிக்கடை போட்டிருப்பவர்கள் உற்சாகமாகிவிடுவார்கள். எல்லோரும் வந்து அவர்களை மொய்த்தார்கள். "சாமி பேசாம கைய மட்டும் ஆட்டிக்கிட்டு உக்காந்திருக்குன்னு நெனைக்காதீங்க. நீங்க போன பெறகு டீ வாங்கிட்டு வந்தாங்களான்னு கூப்ட்டு விசாரிப்பாரு. எங்க அப்பா காலத்திலிருந்து எங்க குடும்பத்துக்கு பழக்கம் அவரு" என்பார் டீக்கடைக்காரர். சத்தம் காட்டாமல் வாங்கிக்கொண்டு வருவார்கள். சாமியா குடிக்கிறார் அதை? அவருக்கு டீ பிடிக்கும் என்று எல்லோரும் சொல்கிறார்கள். அவர் குடித்து நான் பார்த்ததே இல்லை. அவர் எப்போது சாப்பிடுவார் என்பதே யாருக்கும் தெரியாது. அவரது படுக்கைக்குக்கீழே வைத்துவிட்டு வந்துவிடுவார்கள். யாரையாவது அவருக்குப் பிடித்துப் போனால், கீழே கிடப்பதை எடுத்துக் கையில் கொடுப்பார். மீறி நின்றால் 'போ' என்பதைப் போல எச்சில் துப்புவார். அந்த எச்சிலை ஏந்திப் பிடிக்கத்தான் இங்கே ஆட்கள் வேண்டிவிரும்பி வருகிறார்கள்.

மலைக்குப்போகிற ஆட்கள் சமீபகாலங்களாக இங்கும் வந்துபோக ஆரம்பித்திருக்கிறார்கள். முருகன் மேற்கு பார்த்து நின்றிருப்பதால் மலையாளிகள் அதிகம் இங்கே வருவார்கள். அய்யப்பன் கிழக்கு பார்த்து உட்கார்ந்திருப்பதால் தமிழர்கள் அங்கே போவார்கள் என்று ஒரு நம்பிக்கை இருப்பதாக, வளையல் கடை போட்டிருந்தவர் சொன்னார். இதைச் சொல்லும்போது "சாமி நைட் வளையல் போட்டு அழகு பார்ப்பார்" என அவர், ஒரு பக்தையிடம் விளக்கிக் கொண்டிருந்தார். இன்னும் கொஞ்ச நாள் இருந்தால் நானும்கூட சாமிக்குத்தோதாய் ஒரு கதையை தயார் செய்துவிடுவேன். இவர்களிடமிருந்து தப்பித்துத் தனியே ஓடிவந்தாள் அந்தப் பெண்.

அவளுக்கு கூரைக் கோவிலுக்கு உள்ளே போவதைவிட வெளியில் சுற்றத்தான் விருப்பம் இருந்ததைப்போல தெரிந்தது. அர்ச்சனை சாமான்களை வாங்கிக்கொண்டு அவளோடு இருந்த பெண்களும் ஆண்களும் கோவிலுக்குள் நுழையும்போது, 'வா' என்பதுபோல சைகைகளைக் காட்டினார்கள். திரும்பி அவர்களைப் பார்க்க ஆரம்பிப்பதற்குள் அவள், அங்கிருந்து அவர்களுக்கு 'நீங்கள் போங்க வர்றேன்' என்பதுபோல கையை ஆட்டி ஒரு சைகை காட்டினாள். சிரித்துக்கொண்டே உதட்டைச் சுழித்து வார்த்தையை வெளியே துப்பாமல் காட்டிய சைகை. அப்படியே கீர்த்தனா அதைப்போலச் செய்வாள்.

என் அடியாழம் அவளை பின்தொடரச் சொன்னது. மற்ற பெண்களை விட்டுவிட்டு என்னுடைய கண்கள் கீர்த்தனாவைப் பின்தொடர ஆரம்பித்தன. அவள், என் பார்வை எல்லையில் இருந்து விலகியபடி இருந்தாள். இடுப்பு உயரமிருந்த தென்னை மரத்தின் இலையொன்றை உருவி விட்டபடி, அன்றைக்கு நான் வட்டமடிக்கத்

துவங்கிய எல்லையில் நின்றிருந்தாள். அப்படியே எல்லையோரமாக நடந்தபடி கம்பி வேலிக்கு அந்தப் புறம் இருந்த தோட்டத்தில் இருந்த கொக்குகளை வேடிக்கை பார்த்துக் கொண்டிருந்தாள்.

அவள் நகர ஆரம்பித்ததும், என் உடலில் நெய்வாசம் வந்தது. அவளைப் பின்தொடரச் சொன்னது, உள்ளுக்குள் இருந்து ஒரு குரல். கைகளை ஊன்றி எழுந்து நிற்க முயன்றேன். பலமுறை தொப்பென விழுந்தேன். சாமி இருக்கிற திசையில் பார்த்தேன். மௌனமாக கையை தலைக்குக் கொடுத்துத் தூங்குகிறமாதிரி கிடந்தவாக்கில் அவர் படுத்திருப்பது மங்கலாகத் தெரிந்தது. கரிய முகமொன்று இருளிற்குள் தெரிந்தது. திரும்பிக் கைகளை அழுத்தமாக ஊன்றி எழ ஆரம்பித்தேன். ஊன்றிக் குதித்தபோது தரையில் முகம்பொதித்து விழுந்தேன். முகமெங்கும் குறுஞ் செம்மணற் கற்கள் அப்பின. அதை துடைக்கக்கூடத் தோன்றாமல் கால்களை இழுத்துக்கொண்டு அவளைநோக்கித் தவழ ஆரம்பித்தேன்.

என் உடலில் ஏதோவொன்று ஏறிவருவதைப்போலத் தெரிந்தது. இன்னும் இன்னும் அது வேண்டும் என்று தோன்றியது. வழக்கத்தை விட வேகமாக உடலை மண்ணில் தேய்த்துக்கொண்டு ஊர்ந்துபோக ஆரம்பித்தேன். முடவனை எவர் கண்காணிக்கப் போகிறார்கள்? பார்த்தாலும் கழிவறைக்குச் செல்வான் என நினைப்பார்கள். அந்தப் பெண்ணும் கழிவறையைநோக்கிப் போவதாகத்தான் தெரிந்தது. “கீர்த்தனா அது உனக்குப் பிடிக்காது. நான் புழங்கற அந்த இடத்தைப் பாத்துராத” எனக் கத்தினேன். குரல் வெளியே வரவில்லை. அவள் அந்தக் கழிவறைக்குள் போகிற காட்சியை கற்பனை செய்யக்கூட முடியவில்லை. எல்லையை ஒட்டியிருக்கிற அந்தத் தடத்தில் வேகமாக ஊர்ந்துபோனேன்.

அவள் கழிவறை வாசலில் நின்று அதன் எதிர்ப்புறத்தை வேடிக்கை பார்க்க ஆரம்பித்தாள். இரண்டு அடிகள் அந்தப் பக்கமாக நகர்ந்தபோது அவள் கழிவறைக்குச் செல்லவில்லை என்பதுபோலத் தெரிந்தது. ஆனால் திரும்பவும் கழிவறைக் கதவை நோக்கி நகரத் துவங்கினாள். திரும்பவும் வேகத்தை அதிகரித்தேன். எப்படியும் அவள் இருக்கிற இடத்திற்கு பழைய வேகத்தில் போனால் பத்து நிமிடத்தில் போய்விடுவேன். ஐந்து நிமிடத்தில் போய்விடவேண்டும் என்கிற வெறியோடு ஊர்ந்தேன். வலி எதுவும் தெரியவில்லை.

அவளை நோக்கி வெளிறிய முகத்தோடு உடலில் ஒட்டியிருக்கிற தசைத்திரட்டொன்று பாறாங்கல்மாதிரி நகர்ந்துவந்ததைப் பார்த்து பயந்து விட்டாள்போல. அதிலும் என் கண்களில் தெரிந்த தீவிரம் அவளை மிரட்டிவிட்டது. பயந்துபோய்ப் பின்னகர்ந்தாள். விடாமல் அவளை நோக்கிப் போனேன். அவளது காலுக்குப் பக்கத்தில் போனபோது மூன்று படிகள் இருக்கிற கழிவறை வாசலில், தலைப்

படியில் ஏறி நின்று கொண்டாள். 'யாராவது வாங்களேன்' என, அவள் கத்தத் துவங்கினாள். கைகளை ஊன்றி எழ முயற்சி செய்தபோது முதல்படியில் என் தாடை விழுந்தது. என் பற்களிலொன்று உடைந்திருக்க வேண்டும். நொடுக்கென்ற சத்தம் கேட்டது. அவள் அடுத்த படியில் ஏறிக்கொண்டாள். தலையைத் தவழ்த்தி அடுத்த படியில் ஏத்திப்போட்டேன். என் உடல் கீழே துவண்டு கிடந்தது. என் தலை மட்டுமே அவளை நோக்கிப் போனது. மூன்றாம் படியில் நின்றுகொண்டிருந்தவளைப் பார்த்து இறைஞ்சும் குரலில், "என்ன வந்து கட்டிப் பிடிச்சுக்கோயேன். என்னக் கூட்டிட்டுப் போயிடு" என்றேன்.

மூன்றாம் படியில் நின்றிருந்தவள் ஓங்கி என் நெஞ்சில் உதைக்க காலை தூக்கினாள். அவள் முகத்தை ஏறிட்டு, மிதி என்பதைப் போல நெஞ்சைக் காட்டினேன். அவளது தலைக்குப் பின்னால் மஞ்சள் ஒளிக் கதிர்கள் விழுந்ததால், அவளது முகத்தைப் பார்க்க முடியவில்லை. பிடி தடுமாறி, இரண்டாவது படியில் முகத்தை அழுத்தி விழுந்தேன். உடலை ஒளிப்பொறிகள் பறக்கிற இரும்படிக்கிற இடத்தில் திருப்புவதைப் போலத் திருப்பி, கண்களை மேல்நோக்கி விரித்துப் பார்த்தேன். ஓங்கிய காலை அவள் இன்னும் நிலத்தில் வைக்கவில்லை. அப்படியே மயங்கிச் சரிந்தேன்.

விழித்தபோது தாழ்வாரத்தில் படுத்துக் கிடந்தேன். வழக்கமாக என் பக்கத்தில் வந்து அமர்ந்து பேச்சுக் கொடுப்பவர்கள்கூட ஒதுங்கி நடந்தார்கள். தவழ்ந்துபோய் டீ கடைக்காரருடைய கடைவாசலில் அமர்ந்தேன். பயபக்தியோடு குவளையை நீட்டினார். எனக்கு அது புதிதாக இருந்தது. குவளையை திருப்பிக் கொடுக்கும்போது முழங்கையில் இன்னொரு கையைத் தொட்டபடி வாங்கிக் கொண்டார்.

"என்னண்ணே, எல்லாமே புதுசா இருக்கு!" என்றேன்.

"அதையேன் கேக்கறீங்க சின்னச் சாமி" என்றார்.

"சின்னச் சாமியா?"

"ஆமாங்க சின்னச்சாமி. அந்த நாசமாப்போறவன் கடவாசல்ல நானும் ஏழெட்டு வருஷமா கடை போட்டிருக்கேன். என்னைக்காவது என்னைப் பத்தி ஒரு வரி சொல்லிருப்பானா... ஊமக்கொட்டான்மாதிரி உக்காந்திருப்பான். நேத்து என்னா சவுண்டு!" என்றார்.

"என்னண்ணே நடந்துச்சு விளையாடமாச் சொல்லுங்க" என்றேன், தீவிரமான குரலில். நேற்றைய ஞாபகங்களை விரட்டிப் பிடிக்க முயன்று கொண்டிருந்தேன். அது நேற்று என்பதே இன்றுதான் தெரிந்தது. படியில் முகம் மோதி, மயங்கிக் கண் சொருகுவது மட்டுமே நினைவில் இருந்தது.

”என்னண்ணே செஞ்சேன் நேத்து” என, அந்தக் கதையைக் கேட்டே ஆகவேண்டும் என்கிற உந்துதலில் கேட்டேன்.

அவர் விளையாடும் தோரணையை முகத்திலிருந்து கழற்றி எறிந்தார். “பாத்ரூம் போற பிள்ளைய, மதி கெட்டு விரட்டிப் போயிட்டீங்க. அந்தப் பொண்ணு, என்னைக் கடிக்கவர்றான்னு ஒரே சத்தம். இங்கருந்து நானும் பாக்கறேன். நீ கொத்தப் போற பாம்புமாதிரி விரட்டிக்கிட்டுப் போற. அந்தப் பொண்ணுங்களோட வந்த ரெண்டு இளவட்டங்க, ஒன்ன நோக்கி ஓடிப்போய் தூக்கிக்கிட்டு வந்து சாமி இருக்கிற கொட்டகைக்கு முன்னால மல்லாக்கப் போட்டாங்க. அதில ஒருத்தன், உன்னோட ஒரு காலத் தூக்கிப் பிடிச்சுக்கிட்டு மர்ம ஸ்தானத்தில மிதிக்க கால ஓங்குனான்” என்று சொல்லிவிட்டு, என் கண்ணைப் பார்த்து நிறுத்தி நிதானமாக “என்ன நடந்துச்சுன்னு தெரியுமா?” எனக் கேட்டார்.

என்னையறியாமல் என் கண்கள் கலங்கின.

“அழாதடே. வேற ஆள்டா நீ. வந்தன்னைக்கே தெரியும். நீ படுற பாடுல கொஞ்சநேரமாவது சுகமா இருக்கட்டும்னு பேசிக்கிட்டுத் திரிஞ்சேன். சாமியப் போய்ப் பாரு” என்றார்.

என் கண்களில் நீர் பெருகியது. சட்டைநுனியை வைத்துத் துடைத்தேன். சின்ன வயதில் அழுதுமுடித்தபிறகு மூக்கை கையால் துடைத்துக்கொண்டு, உதட்டைக் குவித்து எதையாவது சாப்பிடக் கேட்பேன். அப்படிச் சுழித்துக் கேட்டேன்.

“என்ன நடந்துச்சுண்ணே”

“அவன் காலை ஓங்கின நிமிஷத்தில, உள்ளருந்து ‘நிறுத்துடா’ன்னு ஒரு பெருஞ்சத்தம். யாரோ கோவிலுக்குள்ள போனவங்க கத்திருப்பாங்கன்னு பாத்தேன். அவனும் கால கீழ வைக்காம கோவிலுக்குள்ள பாக்கான். ‘கால கீழ வய்டா தாயோளி. அவன் என் மகன்டா’ன்னார் சாமி. நாடி அடங்கி அவன் கால கீழ வச்சுட்டான். யாருக்குமே இதுவரைக்கும் கெடைக்காத பாக்கியம்.”

அத்தியாயம் 11

தாழ்வாரத்தில் அமர்ந்திருந்த என்னை, குடிலுக்கு எதிரே இருந்த புங்கமரத்தடியில் போய் அமரச்சொன்னார்; வெள்ளை வேட்டி சட்டையில், கழுத்தில் சிவப்புத்துண்டைப் போட்டிருந்த ஒருத்தர். அந்தத் தோரணையிலேயே முக்கியமான நபர் என்பது தெரிந்தது. யாரென்று எனக்கருகில் வந்தமர்ந்தவரிடம் கேட்டேன். "அவருதான் இந்த நிலத்திற்குச் சொந்தக்காரரு. சாமீ, ஒத்தையா சுத்திக்கிட்டு இருந்தப்ப இந்தக் குடிசையக் கொடுத்தவரு" என்றார்.

சாமி புகழ்பெறுவதற்கு முன்பு டீக்கடைகளில் நின்று, போகிறவர்கள் வருகிறவர்களையெல்லாம் அசிங்கமாக வாயில் வரக்கூடாத வார்த்தைகளால் திட்டுவாராம். அப்படித் திட்டுவாங்கிய ஒருசிலருக்கு யோகம் கூடிவந்திருக்கிறது என, ஊருக்குள் பேச்சுக்கள் நிலவின. அப்படி இவரையும் ஒருநாள், "தேவிடியா மவனே! எனக்கு குத்தவைக்க இடம் கொடுக்காட்டி உன் ஆத்தா இன்னைக்கே தாலியறுப்பா..." என்று சொல்லிவிட்டு எச்சிலைத் துப்பியிருக்கிறார். வீட்டிற்குப்போனால் அதுவரை நன்றாக இருந்த அவருடைய அப்பா, நெஞ்சைப் பிடித்துச் சரிந்துவிட்டார். மருத்துவமனைக்கு விரைகையில் அவருடைய வேலையாட்களை அனுப்பி சாமியை அழைத்துவரச் சொல்லியிருக்கிறார். அவருடைய பணியாளர்கள் சாமி கதறுவதைப் பொருட்படுத்தாமல் கைகளை கட்டிப்போட்டு தூக்கிக் கொண்டுவந்து அங்கிருந்த குடிசையில் போட்டார்கள். தப்பிப் பிழைத்துவிட்டார் அவருடைய அப்பா. பின்னர் விவரம் தெரிந்து சாமியிடம், இங்கிருந்து போய்விடக்கூடாதென வேண்டி மன்னிப்புக் கேட்டிருக்கிறார் நிலத்துக்காரர்.

சாமி அந்த இடத்திலேயே தங்கிவிட்டார். வந்த நாளில் இருந்து ஒன்றிரண்டு வார்த்தைகளையே அபூர்வமாகப் பேசியிருக்கிறார்.

மற்றபடி மௌனமாகப் படுத்திருப்பார். இல்லாவிட்டால் வேப்பங்குச்சியை வாயின் வலத்தாடைக்குள் சொருகிக் கடித்தபடி இடும்பன்மலையையே பார்ப்பார். சமீபகாலங்களாக சாமியைப் பார்க்கவரும் கூட்டம் அதிகரித்தபடியே இருந்ததை, புதிதாக வந்த என்னாலேயே உணரமுடிந்தது. காணிக்கையாக மக்கள் பணத் தாள்களை சாமிக்கு முன்பாகப் போட ஆரம்பித்தார்கள். அதுவரை சில்லரைகளே சேர்ந்துகொண்டிருந்தன.

சில ஆண்டுகளுக்குமுன்பு நடிகர் ஒருத்தர் வந்திருக்கிறார். அப்போது அவர் நடிக்க வாய்ப்புத்தேடிய நேரம். வேப்பங்குச்சியை சப்பிக் கொண்டிருந்த சாமியின் காலடியில் வந்து கைகட்டி அமர்ந்த அவரிடம், "சொல்றவரைக்கும் சப்பு" என, அதைக் கையில் கொடுத்துவிட்டுக் கிளம்பிவிட்டார். ஒருநாள் முழுவதும் சப்பிக்கொண்டு, கொளுத்துகிற வெயிலில் நின்றாராம். சாயந்திரம் ஆட்கள் சொன்னதால்தான் கிளம்பிப் போயிருக்கிறார். போனவேகத்திலேயே அவருக்கு நடிக்க வாய்ப்புக் கிடைத்து, நடித்த படங்கள் வெற்றியும்பெற்று உச்சாணிக்கொம்பில் போய் அமர்ந்துவிட்டார்.

பணக்கட்டுகளை மடியில் போட்டு அவர் எண்ணிக்கொண்டிருந்த போது, சாமியின் நினைப்பு வந்துவிட்டது. போனால் வேப்பங்குச்சியை மறுபடியும் கொடுத்துவிடுவார் எனப் பயந்துவிட்டார். தள்ளி நின்று எதையாவது செய்யலாமெனப் ப்ரியப்பட்டு ஆட்களை அனுப்பி விசாரித்ததில், இந்த நிலத்துக்காரர் தொடர்பைச் சொல்லியிருக்கிறார்கள். கோவிலை எடுத்துக்கட்டி மிகப் பெரியதாக ஆக்கலாமென ஆலோசனை சொல்லியிருக்கிறார். சாமி சம்மதித்தால் நேரில் வருவதாகவும் சொல்லியி ருக்கிறார். அதற்காகத்தான் நிலத்துக்காரர் கிளம்பி வந்திருக்கிறார்.

சாமி படுத்துக்கிடக்கிற மணல்திண்டின் முன்னால் நின்றுகொண்டு, "ஒரு சேர எடுத்துட்டு வாங்கப்பா..." என்றார். பேச ஆரம்பிப்பதற்கு முன்பு எல்லோரையும் வெளியே போகச் சொன்னார். அவர் பேசுவது எங்களுக்கு அரைகுறையாக காதில் விழுந்தது. சாமியிடம் இருந்து எந்தச் சத்தமும் வரவில்லை. துண்டை தோளில்போட்டு அவர் வெளியேவந்து, "சொல்றதெல்லாம் சொல்லியாச்சு. இங்க இருக்கறவங்களும் வயிறார சாப்பிடணும்ல. எத்தனை நாளைக்குத்தான் எச்சி டீயையே குடிச்சுக்கிட்டு கிடக்கப்போறீங்க" என்றார்.

துயரம் தோய்ந்திருந்தது சாமியின் முகத்தில் என்றார்கள். யாருடைய முகத்தையும் பார்க்காமல் கையை மட்டும் ஆட்டிக்கொண்டிருந்தார். டீயை தரையில் தளர்வாக ஊன்றியிருக்கிற கைக்குப் பக்கத்தில் வைத்தபோது தட்டிவிட்டார். தூரத்தில் இருந்து தள்ளாடியபடி முதியவர் ஒருத்தர் நடந்து வந்தார். யாரையும் அவர் திரும்பிக்கூடப் பார்க்கவில்லை. நேராக சாமி இருந்த இடத்திற்குள் போனார். சாமிக்கு உதவியாளர்களாக நினைத்துக் கொண்டிருந்த இரண்டுபேர்

தடுப்பதற்காக அங்கே ஓடினார்கள். உள்ளே நுழைந்தவர்கள் அப்படியே நின்றுவிட்டார்கள். நிலத்துக்காரருக்கு போட்டிருந்த நாற்காலி ஒரு ஓரமாகக் கிடந்திருக்கிறது. அந்த முதியவர் உள்ளே நுழைந்தவுடன், சாமி எழுந்துபோய் அந்த நாற்காலியை எடுத்துப் போட்டு அமரச் சொல்லியிருக்கிறார்.

சாமி அமைதியாக அவர் பேசுவதைக் கேட்டார். முதியவர், சாமியின் கைகளைப் பிடித்து முத்தமிட்டு அழுதார். கைகளை விடுவிக்கவில்லை சாமி. வெளியேயிருந்து இதைப் பார்த்துக்கொண்டிருந்தேன். எழுந்து அந்த பெரியவர் வெளியே வந்தபோது, "மழைக் கடம ஒண்ணு பாக்கியிருக்கு. முடிச்சிட்டுப் போயிடறேன்" என்றார் சாமி சத்தமாக. அந்த முதியவர் திரும்பிப் பார்க்காமல் நடந்தார். என்ன பேசினார்கள் என்பது யாருக்கும் தெரியவில்லை.

அவர் யாராக இருக்கும் என எல்லோருக்கும் குழப்பம் வந்தது. யாரிடம் கேட்கலாம் என தட்டழிந்தோம் எல்லோரும். வடை மாஸ்டர் சுப்பிரமணிக்கு அந்த விவரம் தெரிந்திருந்தது. வடை மாஸ்டர் சாமியிடம் வந்துசேர்ந்ததே ஒரு தனிக்கதை. விருதுநகரில் அம்பாசிடர் காரை வாடகைக்கு ஓட்டியவர் அவர். எல்லோரையும் எடுத்த எடுப்பில் கை நீட்டிவிடுவார். மகன்கள் தலையெடுத்தபிறகும்கூட இந்தப் பழக்கம் நிற்கவில்லை. மற்றபடி அவர் பொறுப்பான அப்பா. எல்லாப் பிள்ளைகளுக்கும் நல்ல வசதியான இடத்தில் கல்யாணமும் செய்து வைத்தார். மருமகள்கள் வந்தபிறகும் இவர் திருந்தவில்லை. மடியில் பேத்தியைப்போட்டு கொஞ்சி விளையாடியபோது, பெரிய மருமகள் பிள்ளையைப் பிடுங்க கையை நீட்டியிருக்கிறாள். இவர் ஓங்கி அந்தப் பெண்ணின் முகத்தில் அடித்துவிட்டார். "உன் பொண்டாட்டியாடா நானு" என, முகத்திற்கு நேராக பாவாடையை தூக்கிக் காட்டிவிட்டார் அந்தப் பெண்.

நொந்து வெளியேறியவர், அப்படியே பாதயாத்திரை வந்தவர்களோடு நடந்து, சாமி இருக்கிற இடத்தில் வந்து தங்கிவிட்டார். இங்கேயே பாத்திரங்களையும் கக்கூஸையும் கழுவியிருக்கிறார். டீக்கடைக்காரர் ஒருத்தர், சாமியைக் கும்பிட வந்தபோது சாமி, சுப்பிரமணியைக் காட்டி கண்ணைக் காட்டியிருக்கிறார். அழைத்துப்போய் வேலை கொடுத்து விட்டார்கள். "அம்பாசிடர் பிடிச்ச கையி. அடுக்களைல கைய வச்சது. வெந்து தணியறப்பல்லாம் பொம்பளைகள நெனைச்சுக்குவேன். எம் பொண்டாட்டிய எல்லாம் அடிச்சே கொன்னுருக்கேன். ஒரு தடவை ஊருக்குப்போய் மருமக கால்ல விழுந்து மன்னிச்சுக்கோ தாயீன்னேன். கட்டித் தூக்கிக்கிட்டா. இனிமே இங்கயிருந்தா மரியாதை இல்லைன்னு. மறுபடி சாமி மடியிலயே வந்து படுத்துக்கிட்டேன். அவரை விட்டா எனக்கு யாரையும் தெரியாது" என்றார்.

அந்தப் பகுதியில் அவர் தரமான வடை மாஸ்டர். அடித்தாலும் உதைத்தாலும் அந்தக் கடையைவிட்டு நகரமாட்டார். தினக்கூலி ஆயிரம் ரூபாய் கொடுத்து அழைத்தபோதுகூட சாமி காட்டிய இடம் எனச் சொல்லி போக மறுத்துவிட்டார். கொடுக்கிற கூலியை வாங்கிக் கொள்வார். இரவானால் ஒரு குவார்ட்டர் வாங்கிக்கொண்டு வந்து கோயில் வளாகத்திலேயே படுத்துவிடுவார். காலை எழுந்ததும் விபூதிப் பட்டை அவர் நெற்றியில் மணக்கும். இவர் இல்லாத நேரத்தில் குடில் குடிசைக்குள் சொருகி வைத்திருந்த பிராந்தி பாட்டிலைக் கொண்டு போய் சாமியிடம் காட்டியிருக்கிறார்கள். அதைக் கையில் வாங்கி ஒரு மிடறு குடித்துவிட்டுத் திரும்பவும், புகாரளிக்க வந்தவன் கையிலேயே திணித்து திருப்பியனுப்பிவிட்டார். அதற்கடுத்து யாரும் அவரைத் தொந்தரவு செய்யவில்லை.

இரவு நட்சத்திரங்களைப் பார்த்துக்கொண்டு மல்லாக்கப் படுத்தபடி, “எதுக்கு உனக்கு இவ்வளவு வீம்பு மயிறுங்கறேன்” என, சாமி இருக்கிற திசையைப் பார்த்து எச்சிலை துப்பிக் கொண்டிருப்பார் போதையில். அது என்ன கதை என்று அப்போது எனக்கு கேட்கத் தோன்றியது. சாமியும் அந்த முதியவரும் சின்னவயதிலிருந்தே நண்பர்கள். ஒருநாள் யாரும் இல்லாதபோது, அவருடைய தோழன் அவரை வீட்டுக்குள் அழைத்து அமரவைத்து சர்க்கரைப் பொங்கலை தட்டில் போட்டிருக்கிறார். வெளியிலிருந்து உள்ளே நுழைந்த அவருடைய அம்மா, தட்டில் கைவைக்கிற நேரத்தில் அதை வறக்கென்று இழுத்து, “கழிச்சுப் போட்ட தரித்தர முடிய தேடிக்கிட்டு இருக்கற சாதிப்பயல். உனக்கெல்லாம் நடு வீட்டுல பொங்கச்சோறு கேக்குதோ!” என்று தட்டிவிட்டிருக்கிறார்.

எழுந்து வெளியே வந்துவிட்டார். வாசலைத் தாண்டியபோது கூரையின் மேலே தொங்கிய கன்னிப்புள்ளைச் செடி அவரது மடியில் விழுந்திருக்கிறது. சாமியின் சாதி ஊருக்கே தெரியும்தானே? வீட்டுக்கூரைகளில் பெண்கள் தலையைச் சீவிவிட்டு சீப்பில் சிக்கியிருக்கிற முடியை கொத்தாக எடுத்துச் சொருகிவைப்பார்கள். அப்படிச் சொருகியிருக்கிற முடிகளைச் சேகரித்து விற்பதுதான் அவர்களுடைய தொழில். இத்தனைக்கும் சாமி அந்தத் தொழிலை செய்ததே இல்லை. அழுகையை அடக்கமுடியாமல் நடந்துபோன சாமியை விரட்டிப்பிடித்து, அவரை இப்போது பார்த்து விட்டுப்போன நண்பர், “பெரியாளாகிட்டுதாண்டா நீ எங்க ஏரியாவிற்கு நீ வரணும்” என்று சொல்லியிருக்கிறார்.

ஏதோ ஒரு யோசனையில் சாமி கிளம்பிப்போய் அடிவாரத்திலேயே தங்கிவிட்டார். பொங்கலுக்கு வீட்டுநிலைகளில் சொருகிவைக்கும் கன்னிப்புள்ளைச் செடிகளைத் தேடி நிலமெங்கும் அவர் சுற்ற ஆரம்பித்தார். மெதுவாக நிலம் அவர் வசப்பட ஆரம்பித்தது.

வெளிச்சம் இல்லாத இரவுகளில்கூட நிலத்தின் கண்களைக் கூர்ந்து பார்த்தபடி தலைகுனிந்து அவர் கன்னிப்புள்ளைச் செடியைத் தேடி அலைவதை ஊருக்குள் நிறையப்பேர் பார்த்திருக்கிறார்கள். அவர் இந்தியாவெங்கும் எல்லா கோவில்களுக்கும் போனதாகச் சொன்னார்கள். அவர் இமயமலையில் வாசம் செய்ததாகக்கூட அவருடைய பக்தர் ஒருத்தர் சொன்னார். ஆனால் தான் எங்கெங்கெல்லாம் இருந்தேன் என சாமி ஒரு போதும் சொன்னதில்லை.

அவர் இந்த ஊரில் திரும்பவும் அறியப்பட்டது, எச்சில் துப்புகிறவராகத்தான். இன்னமும் சில பொம்பளைகள் 'அவதூறாப் பேசுவாரு அவரு' என்பார்கள். அவர் சொன்னது பலருக்கு நடந்தது. அவர் அப்புறம் ஊரில் இருக்கிற எந்தத் தெருவிற்குள்ளும் நுழைந்ததே இல்லை. இந்த இடத்திற்கு வருவதற்குமுன்பு வெளிவட்டச் சாலைகளில் மட்டுமே கையில் எப்போதும் ஒரு நாயை சங்கிலியில் கட்டி கூட்டிக் கொண்டு நடந்துபோவார். ஒன்றுபோனால் இன்னொன்று வந்துவிடும் சங்கிலிக் கழுத்திற்கு. அவர் நின்று வசவுகளைத் தெளிக்கிற இடங்கள்தான் அருள் பாலிக்கிற இடங்கள் என்றாகிப்போனது.

பைத்தியக்காரன் என்று சொன்னவர்கள் தயக்கத்தோடு சாமியை நெருங்கிவந்தார்கள். எல்லா ஆட்களுமே வந்துபோகிற இடமாகிவிட்டது. "பெரிய ஆள் ஆகிவிட்ட பிறகும் ஏன் தெருவிற்குள் போகாமல் வீம்பு பிடிக்கிறாய்" என்பதைத்தான் வடை மாஸ்டர் போதையில் சொல்லிக் கொண்டிருந்தார். "நான் ஆதிகாலத்திலருந்து சாமிகூட இருக்கேன். ஆனா இந்த மனுஷன் இப்பத்தான் படியேறி வந்திருக்கார். என்ன சொல்லிருப்பார்னு தெரியலயே. சாமி மொகமும் கறுத்துக்கிடக்கு. சாமின்னாலும் அவருக்கும் ஒரு மழை பாக்கணும்லையா. அதத்தான் அப்டீ சொல்லிருப்பாரு" என்றார் சுப்பிரமணி.

வெள்ளந்தியான மனிதர்கள் இவர்கள். யார் என்ன சொன்னாலும் நம்பிவிடுவார்கள். சாமி, வேறு ஏதோ ஒரு அடர்த்தியான அர்த்தத்தில் அதைச் சொன்னார் என்பது எனக்கு விளங்கியது. அதற்கு ஆயிரம் அர்த்தங்களை நான் எடுத்துக்கொள்வேன். எதிரே இருப்பவருக்கு எந்த அர்த்தத்தில் சாமி இதை உணர்த்த நினைத்தார்? பல்வேறு அர்த்தங்களை யோசித்துப் பார்த்தேன். அந்தப் பெரியவரின் பார்வையிலிருந்து ஒரு அர்த்தத்தை சிந்தித்தேன். முதன்முறையாக, சாமி இருக்கிற வீட்டிற்கு படியேறி வந்த அவருடைய நண்பர் எதை தானமாகக் கேட்டிருப்பார்? மழைத் தானமாகத்தான் இருக்க வேண்டும் அது.

அத்தியாயம் 12

கோவிலைச் சுற்றியிருக்கிற பிராந்தியங்களில் கடுமையான வறட்சி என்றார்கள். மக்கள் அதிகமாக டீயை பார்சல் கட்டிக்கொண்டு சாமியைப் பார்க்க வந்தார்கள். இதற்குமுன்னர், வறட்சி எதையும் என் வாழ்நாளில் பார்த்ததில்லை. நிறையக் கதைகளை இதுபோல் கேட்டிருக்கிறேன். ஆனால் மனதில் எதுவும் பதிந்ததில்லை. எங்கேயும் நகரமுடியாமல் கிடக்கிற குப்பையில் எதைக் கொட்டினாலும் ஈர்த்துக்கொள்ளும். எனக்கு க்ரீம் பன் வாங்கிக் கொண்டுவந்து கொடுத்த ஒருத்தர் தற்கொலைக்கு முயன்று தப்பித்துவந்தவர். இரண்டாயிரம் கொய்யா செடிகளைப் போட்டிருந்தார். ஏழெட்டு வருடங்களாகச் சரியான மழை இல்லாததால் அத்தனையும் கருகிவிட்டன. சாகத் திட்டமிட்டு அதற்கு முன்னர் சாமியிடம் பாரத்தை இறக்கி வைத்துவிட்டுப் போகலாம் என்று வந்தவரின் மனம் மாறிவிட்டது. சாமி கண்ணைத் தொறக்கும் என உறுதியாக நம்பி தினம்தோறும் வருகிறார்.

அந்தப் பிராந்தியத்தில் மட்டும் மூன்று இலட்சம் செடிகள் கருகி விட்டனவாம். கருகிய செடியொன்றின் புகைப்படத்தைக் காட்டினார். தலைமுடியை விரித்துப்போட்ட பெண்ணொருத்தி அப்படியே சடலமாக கருகி நின்றதுபோல இருந்தது. கிளைகிளையாய் அவளுடைய மார்பகங்களைப்போல காய்கள் கருகித் தொங்கின. உடலைவிட்டு அவை தன்னை விடுவித்துக் கொள்ளவில்லை. வாழ வேண்டும் என்கிற ஏக்கம் அதன் கருகிய பிடிப்பிலேயே தெரிந்தது. தென்னைகள் எல்லாம் கருகித் தலைகவிழ்ந்துவிட்டன. தேங்காய்மாதிரி காய்த்த தென்னைகள் மாங்காய் போலச் சுருங்கிவிட்டன. விடுவதற்கு உயிர் நீர் இல்லை.

ஆழ்துளையில் முள்ளெலிபோல பூமிக்குள் முண்டிப்போய்ப் பார்த்தார்கள். ஆயிரம் அடி கடந்தும் உயிர் ஓடை தட்டுப்படவில்லை.

யாராவது பூமிக்கு அடியில்போய் ஓடையாக மாறினால்தான் உண்டு. எனக்கு கோடை உறைக்கவில்லைதான். ஆனால் வந்து நின்றவர்களின் முகங்கள் எல்லாம் வெம்பிப்போய் இருந்தன. சாமியின் முகமே நிலத்துக்காரர் வந்து பார்த்துவிட்டுப்போன பிறகு வெம்பிப்போய்க் கிடந்ததாகச் சொன்னார்கள். உள்ளுக்குள் குளிர் இருக்கிற என் முகம் மட்டும் பிரதேம்போல வெளுத்துக்கொண்டே வந்தது. சுரணையில்லா விட்டாலும், வெயில் ஏற ஏற வெப்பத்தைத் தேடத் துவங்கிவிடுவேன். உள்ளுக்குள் சலனமில்லாமல் ஓடிக்கொண்டிருக்கும் உயிர் ஓடை கொப்பளித்து நீரை வெளியே துப்ப வேண்டும். அதுவரைக்கும் அலைச்சல்கள் பொதுவானவை. உயிர் ஓடையைத் தேடி மக்கள் எறும்புகள்போல தடுமாறி அலைந்தனர்.

சோளம் போட்டவர்கள் எல்லாம் நட்டத்திற்காக உரக் கடைகளில் கையேந்தி நின்றார்கள். ஒரு வாய் காப்பித் தண்ணிக்காக இன்னொருத்தர் வாங்கித் தருவார் என, ஒரு மணி நேரம் கடையில் காத்துக் கிடந்தனர். இது அவர்களுக்கு அவமானம். எப்படியாவது உயிரைத் தக்கவைத்து முதல்சொட்டு நீரைப் பருகிவிட வேண்டுமென்கிற தவிப்பில் அலைந்தனர். காகங்களைத் தவிர எல்லா பறவைகளும் வலசை போயின. மலையடிவாரத்தில் மழையிருக்கும் எனப் போன பறவைகள் ஏமாந்து திரும்பின. மலையே கொதித்துக் கொண்டிருந்தது எரிமலைபோல. முண்டப் போராடும் வித்தொன்று காலத்தின் கட்டாயத்தில் கொப்பளிக்க வேண்டும். அதற்காகத்தான் அந்த மலையும் காத்திருந்தது. மலைப் பறவைகள் காத்திருந்தன. மழைக்குறி கொண்ட காற்றில்லாமல் மலைச் செடிகள் அசையாமல் காத்திருந்தன.

அடிவாரம் நெருப்புப் பிழம்பின்மீது வைக்கப்பட்ட எண்ணைய்ச் சட்டி போல இருப்பதாக ஒருத்தர் சொன்னார். குழந்தைகளையெல்லாம் தூக்கி கொதிக்கிற எண்ணையில் போட்டுவிட்டு தாங்களும் குதித்துவிடலாம் எனத் தோன்றியதாக வந்து அழுதாள் பெண்ணொருத்தி. அங்கிருக்கிற எல்லா மனிதர்களுக்கும் உடல் எரிந்தது. கிழக்கிலிருந்து புறப்பட்டு வரும் கடற் குளிர்காற்றில் எல்லோருக்குமே மருந்திருக்கிறது. இங்கே வரக் கிளம்புகிற காற்றெல்லாம் பெருங்காற்றாக மாறி மேகங்கள் திசை மாறிப்போயின. பெருங்காற்று கடந்துபோன பின்னர் காற்றில்லாத நிசப்தம் குடிகொண்டுவிடும். மழைக் காற்றடிக்காத ஊரில் மனிதர்கள் தலையாட்டுவதில்லை. தலையை தொங்கப் போட்டுக்கொண்டு சாமியின் காலடியில் அமர்ந்திருப்பார்கள்.

காட்டில் நீரில்லாமல் யானைகள் ஊருக்குள் வந்தன. விலங்குகளும் மனிதர்களும் அவரவர் எல்லை தாண்டினார்கள். யானை மிதித்தவர்களைத் தூக்கிக்கொண்டு ஓடுகிற சத்தம் கோவிலுக்குள் படுத்திருக்கும்போதே கேட்கும். 'யானை அடிச்சிருச்சி' என ஒட்டுமொத்த குரல்களும் சேர்ந்து கத்தும். மாடுகளைப் பற்றி கோவிலுக்கு வந்த

மருத்துவர் ஒரு விஷயத்தைச் சொன்னார். அவருடைய வீட்டில் பதினைந்து மாடுகளை வளர்க்கிறார். அதில் பத்து மாடுகளை கோவிலுக்குக் கொடுக்கலாம் என்று கேட்டு வந்திருந்தார். இங்கே இருப்பவர்களுக்கே தண்ணீரில்லை என்று சாமியைப் பார்ப்பதற்குமுன்பே அவரை விரட்டினர். அவரால் ஒட்டுமொத்த மாடுகளுக்கும் தண்ணீர் கொடுக்க முடியவில்லை. மாட்டிற்கு தன்னுடைய பங்காளி தண்ணீர் தரவில்லை என்பதற்காகக் கொன்றுவிட்டு, சாமியிடம் வந்து ஆசி வாங்கிவிட்டுச் சரணடைந்தார் ஒருத்தர்.

மருத்துவர் மனம் கசிந்து சொன்னார்: "பூமியில தண்ணி இல்லைன்னு நம்ம கத்தும்போதெல்லாம் மேல இருக்கறவனுக்கு காது கேக்காது. கடைசியா விலங்குகளை கத்தவச்சுத்தான் மேலருந்து தகுதி பாத்து செம்புல அளந்து ஊத்துவான். என்னோட மாடுக, ஒரு வாரமா வானத்தப் பாத்து கத்திக்கிட்டு இருந்துச்சு. தாங்கமுடியல. அதான் இங்க வந்துட்டேன்" என்றார். திடீரென அவர்கள் வளர்க்கும் கால்நடைகளுக்கு பேன் நோய் பரவியது. அவைகளின் உடலெங்கும் பேன்கள் கூட்டமாக வலசை போயின. வாசலையே பார்த்திராத குடும்பங்கள் நடுத்தெருவில் தலை விரித்துப்போட்டு அமர்ந்து கால்நடைகளுக்கு பேன் பார்த்தன. விலங்குகளின் உடல்களில் இருந்த பேன்கள் மனிதர்களின் உள்ளங் கைகளில் ஏறி உடலெங்கும் பரவின. மனிதர்கள் வெறிகொண்டு ஊரெங்கும் ஓடி சீதாப்பழ இலைகளைத் தேடினார்கள். வறண்ட சீதா இலைகளை எடுத்து உடலெங்கும் தேய்த்தனர். கால்நடைகளும் போட்டியிட்டுக் கொண்டு இலைகள்வேண்டி இவர்களோடு இயைந்து ஓடிவந்தன.

உர மருந்துக் கடைகளில். கட்டுப்பாடு கொண்டு வந்தார்கள். யார் அனுப்பியது எனக் கேட்டுத்தான் மருந்துகளைத் தந்தார்கள். புதிதாகப் போகிறவர்களுக்குக் கொடுப்பதில்லை. ஜனங்கள் வறட்சியால் கொப்புளித்த வறுமையினால் பூச்சி மருந்துகளை வாங்கிக் குடித்தார்கள். குடும்பச் சண்டைகளுக்காகக் குடித்தவர்கள் இப்போது நீருக்காகக் குடித்தார்கள். சில இடங்களில் வறுமை தாளாமல் குழந்தைகளுக்கும் வெண்கலச்சங்கில் உயிர்நீரை ஊற்றிக்கொடுத்துக் கொன்றார்கள். மேற்கிலிருந்து புறப்பட்டுவந்த வெக்கைக் காற்று உடல்கள் கருகும் வாசனையைச் சுமந்து அசைந்துவந்தது. "என்னதான் பொழப்பா இருந்தாலும் இது அடுக்குமா. மாசம் ஒரு பொணம் பாத்த ஊர்ல இப்ப தினமும் விழுகுதே" என, வெட்டியான் இரவில் குடித்துவிட்டுச் சலம்புவதாக கோவிலுக்கு வருகிறவர்கள் சொன்னார்கள். பெரும்பாலும் குழந்தைகளின் பெரியவர்களின் பிணங்கள். வயிற்றுப்போக்கைத் தாங்காத உடம்புகள் அவை.

மருந்துக் கடையின் படியேறுவதற்குமுன்னரே வயித்தாலை மாத்திரையை எடுத்துக் கையில் கொடுத்தார்கள். ஒட்டுமொத்த

ஜனமும் தின்ற சோற்றை நீராய் வெளியே தள்ளினர். ஊரே ஒரு மல சவக்கிடங்கிற்குள் இருப்பதாகத் தோன்றுகிறது என்றார் ஒருத்தர். சாமி அருளினால் இவை எங்கள் கோவில்பக்கம் எட்டிப் பார்க்கவில்லை. எப்போதும் எங்களைச்சுற்றி நெய்வாசம் இருப்பதைப் போல அவர் கட்டிக் காக்கிறார். வெளியூரில் பேசிவைத்த சம்பந்தங்கள் நின்றன. போட்ட சீரை திருப்பிக் கேட்டார்கள். சீர் கொடுப்பதாய்ச் சத்தியம் செய்தவர்கள் நொடித்துப்போனார்கள். தாலியறுக்கிற சம்பவங்கள் தெருதோறும் நடந்தன.

ஊரின் பெண்கள் வெறிபிடித்து அலையத் துவங்கினர். பாலில்லாத மார்புகளை எண்ணிக் கலங்கி அவர்கள், பொட்டல் வெளியில் சுற்றியலையத் துவங்கினர். உயிர்ப்பு அடங்குகிற ஓசை அவர்கள் காதில் மட்டும் தனித்துக் கேட்க ஆரம்பித்தது. வீடுகளில் பெண்கள் தனியாக அமர்ந்து, என்ன காரணம் என்பதே தெரியாமல் மார்பிலடித்து ஒப்பாரி வைக்கத் துணிந்தனர். பெண் பிள்ளைகள், ஆண் பிள்ளைகளை காரண காரியமின்றி முறைத்துப் பார்த்தார்கள். காரணமேயில்லாமல் கணவன்மார்களுடன் கோபித்துக்கொண்டு பெண்கள் ஊர் திரும்பத் துடித்தனர். “இங்கயிருந்தா என் மக செத்தே போயிடுவா” என, அப்பன்மார்கள் தங்கள் பிள்ளைகளை புகுந்த வீட்டிலிருந்து அழைத்துக் கொண்டு போனார்கள்.

எழுபது வயது மூதாட்டி ஒருத்தர், மூன்று கிலோமீட்டர் நடந்துபோய் ஆலமரம் ஒன்றின் விழுதில் சுருக்குமாட்டித் தொங்கினார். விடியற்காலை அந்தக் காட்சியை முதன்முதலாகப் பார்த்தவர் கோவிலுக்கு வந்திருந்தார். “உண்மையிலேயே காலக் கொடும. எழுபது வயசுல தற்கொல பண்ணிக்க நெனைக்க வச்சுருச்சே” என்றார். அந்த மூதாட்டி தற்கொலை செய்து கொண்ட விஷயத்தை சாமியிடம் வந்து சொன்னார்களாம். “அவன் சீக்கிரம் வந்துடுவான். உசுர கைல பிடிச்சுக்கிட்டு காத்திருங்க. சீக்கிரம் நீர் பெருகும்” என்றாராம்.

பசியோடு இருக்கும் குழந்தைக்குப் பக்கத்தில் உணவைக் கொண்டு வந்து காட்டிவிட்டு கையைப் பின்னே இழுத்துக் கொள்வதைப்போல போக்குக் காட்டி குரூரத்தை ஆடிக் காட்டியது மழை. நானே அப்படி ஒரு அனுபவத்தை அடைந்தேன். மதியம் மூன்று மணிபோல இருட்டிக் கொண்டு வந்தது. தாழ்வாரத்திலிருந்து நகர்ந்து வானத்தைப் பார்த்தேன். கருமேகங்கள் ஒன்றோடு ஒன்று கலந்து வேகமாக எங்கள் தலைக்கு மேல் குழுமின. இருட்டு ஒரு கருப்பு வேட்டியைப் போல எங்களைப் போர்த்தியது.

வேட்டிக்கு நடுவே அந்தக் கருப்பில் கொஞ்சம் வெள்ளி விபூதியைத் தூவியதைப் போல தண்ணீர்கோர்த்துச் சூல் கூடி நின்றது. எந்த நேரம் வேண்டுமானாலும் அது வெடித்துவிடலாம். ஒரு சின்ன ஊசி போதும். பயந்து தாழ்வாரத்திலிருந்து உள்ளே நகர்ந்துவந்தேன். அத்தனை நீரும் அப்படியே தலையில் கொட்டினால் ஜலசமாதி அடைந்துவிடுவேன்

என்று தோன்றியது. அது அருவியில் விழுகிறமாதிரி விழுமா? கற்பனை பண்ணிப் பார்த்தேன். கோர்த்திருந்த அத்தனை நீரும் அப்படியே ஒரே நேரத்தில் வெடித்துக் கொட்டினால் வருவதற்குப் பெயர்தான் பிரளயம் போல எனக் கணக்கிட்டேன். டீக்கடையில் ஒதுங்கியிருந்தவர்கள் எல்லாம் கோவிலின் வெளி மேற்கூரைக்கு அடியில் ஓடி வந்தார்கள்.

குழந்தைகள் வெளியே போய் விளையாடத் துடித்தன. "கட்டாயம் ஆலங்கட்டிதான். தலையில விழுந்தா தாங்குவியா" என, சிரித்துக் கொண்டே அதட்டினார்கள். அடர்மஞ்சளில் புதுத்தாலி அணிந்த பெண்ணொருத்தி வானத்தைப் பார்த்துச் சிரித்துக்கொண்டே வயிற்றைத் தடவிப் பார்த்தாள். எல்லோரும் சாமியை மறந்திருந்தார்கள். அது வித்தியாசமாகத் தோன்றவே திரும்பி சாமி இருக்கும் திசையில் பார்த்தேன். அவர் அமைதியாக மேலே நிமிர்ந்து பார்க்காமல் வேப்பங் குச்சியை மென்று கீழே எச்சிலைத் துப்பிக் கொண்டிருந்தார்.

பத்து நிமிடங்களில் நிலை மாறியது. மேற்கிலிருந்து ஒரு பெருங்காற்று கிளம்பிவந்தது. கொட்டகைக்குள் நின்ற ஒருத்தர் நெஞ்சைப் பிடித்தார். சத்தத்துடன் நுழைந்த அந்தப் பெருங்காற்று தட்டிலிருந்த அத்தனை சோற்றையும் நிமிடத்தில் கலைத்துப் போட்டது. போராடித் திரள்கிற மேகங்களைக் காற்று அடித்து விரட்டியது. கருமேகங்களைக் கருங்கல்லில் போட்டுத் துவைத்து வெளிராக்கியது. கோர்த்துக் கொண்டிருந்த அத்தனை நீரையும் காற்று பத்து நிமிடங்களில் குடித்து முடித்தது. ஒரு பெரிய கை, மலை உயரத்திற்குக் கையை விரித்து அந்த அண்டாவைத் தூக்கி பொத்தல் போட்டு, அதிலிருக்கிற அத்தனை நீரையும் உறிஞ்சிக் குடித்தது. ஒரு நொங்கைக் குத்தி அண்ணாந்து வாயை ஒட்டிவைத்து உறிஞ்சிக் குடிப்பதைப்போல. ஒருத்துளி நீரைக்கூட சிந்தவில்லை. தெளிவான வானத்தில் இளமஞ் சள் நிறத்தில் செவ்வானம் உருவாகி தெளிந்து நின்றது. ஜென்மத்திற்கும் இனி மழையில்லை என்கிறமாதிரி அறிவிப்பு அது என, மக்கள் புரிந்துகொண்டார்கள். "வெறும் செவ்வானம் மட்டும் போட்டுக்கிட்டே இருந்தா விளங்குமா?" என்றார் ஒருத்தர். நின்ற ஜனங்கள் வெறுத்துப் போனார்கள். புதுத்தாலி அணிந்தவள் கண்களை மூடி வானத்தைப் பார்த்தாள். கண்களின் இடைவெளியில் நீர் கசிந்தது.

இதைப் பார்த்த பெரியவர் ஒருத்தர், கோபத்தில் உள்ளே ஓடிப்போய் சாமி இருக்கிற பக்கமாக செருப்பைத் தூக்கி வீசினார். "நீயெல்லாம் எதுக்கு இருக்கணும். கைல வந்தத தொலையக் குடுத்துட்ட. சக்தி இல்லைன்னா போய் நாண்டுக்கணும். நடுவீட்ல உக்காந்து எச்சில் டீய குடிச்சிக்கிட்டு கௌரவத்த எதிர்பார்க்கக்கூடாது" என்றார், சாமியின் முகத்தை நேருக்கு நேர் பார்த்து. சாமி சலனப்படாமல், வாயில் எச்சிலைத் திரட்டி தன் காலுக்கு கீழே துப்பினார். அதற்கடுத்த சில நாட்கள் அவர் தலைநிமிர்ந்து பார்க்கவில்லை.

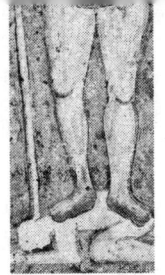

அத்தியாயம் 13

சாமி, சில நாட்களாகப் பேசவில்லை என்பதைக் கேள்விப்பட்டு, சந்தனச் சட்டை போட்டிருந்த அந்தப் பெரியமனிதர் தேடிவந்தார். கழுத்தில் சிறு ருத்ராட்சங்களைத் தங்கத்தகட்டில் பொருத்திச் சங்கிலியாய் கோர்த்துப் போட்டிருந்தார். புதிதாய்ச் சிவந்த முகம் என்பது தெளிவாகவே தெரிந்தது. காரிலிருந்து இறங்கிவந்தவர் தூசு என்றும் பாராமல் என்னருகே வந்து அமர்ந்து சாமியையே பார்த்துக் கொண்டிருந்தார். நகர்ந்து அந்த புங்கமர நிழலை நோக்கிப் போனேன். பின்னாலேயே என்னோடு வந்தமர்ந்தார்.

"உன்ன மாதிரிதான் நானும் இங்க வந்தேன். நீ யாருன்னு எனக்குத் தெரியும். என் கதையைக் கேட்கணும்னு, உனக்கு எழுதிருக்கு" என்றார். என் கைகளை எடுத்து மடியில்வைத்து, "என்னுடையவை கொலைக் கரங்கள் என்பது உனக்குத் தெரியுமா?" என்றதும் நிமிர்ந்து பார்த்தேன். நல்லுசாமி இப்போது மலைமேல் இருக்கிற முருகனின் காலுக்கு அடியில் பிரசாத வியாபாரம் செய்கிறார். அவருக்கு அந்தக் கோவிலில் எல்லா பகுதிகளுக்கும் போய்வர உரிமை இருக்கிறது. மடப்பள்ளியில் மட்டும்தான் அவர் நுழையவில்லை. "என் அப்பனுக்கு படைக்கிறத நான் பாக்கக்கூடாதா?" என, உள்ளே நுழையப்போனவரைத் தடுத்து திருப்பி அனுப்பியிருக்கிறார்கள். "இப்படித்தாண்டா, கோவிலுக்குள்ள பூசை பண்ணிக்கிட்டுருந்த திருமுறை பண்டாரங்கள துரத்திவிட்டீங்க. இப்ப அவங்க ஒங்களுக்கு ஒத்தாசை பண்ண பூஜை சொம்பு தூக்கிக்கிட்டு இருக்காங்க. என்னையே தொரத்துறீங்களா?" என, அவர் போட்ட சத்தம் கோவில் சுவர்களில் மோதி எதிரொலித்திருக்கிறது. கோவிலுக்குப் பாத்தியப்பட்ட முக்கியஸ்தர்கள் வந்து சமாதானம் செய்ததால், அதற்கடுத்து எந்த வம்புகளும் வளர்க்காமல் அமைதியாகிவிட்டார்.

ஆனாலும் கோவிலுக்குள்ளே இருப்பவர்களுக்கு அவர்மீது தீராத பயமுண்டு.

அவர் மேலே ஏறியதிலிருந்து ஒருநாள்கூட கோவிலுக்குச் செல்லாமல் இருந்ததில்லை. முருகன் காலடியையே சுற்றிச்சுற்றி வந்தார். அசைவம் சாப்பிடுவதை நிறுத்தியதற்குக் காரணம் சொன்னார். "கறியால உடம்பு மதமதன்னு இருக்கு. ரௌடிப்பய திரும்பி வந்துட்டான்னா என்ன பண்றது? இப்பல்லாம் கோபம் பொய்யா கண்ல மட்டும்தான் காட்டறது" என்றார். அடிவாரத்தில் அதற்குப் பிறகு யாரையும் அவர் அடித்ததில்லை. மிரட்டுகிற கண்ணசைவுகளிலேயே எல்லோரையும் கட்டுப்பாட்டில் வைத்திருந்தார்.

ஆரம்பத்தில் அடிவாரத்தில் சிறுசிறு ரௌடித்தனங்களைச் செய்தவர் தான் அவர். சந்தனம் விற்கும் கடைகளுக்குள் போட்டிகள் உருவாகின. ஆளுக்கு ஒரு உள்ளூர் ரௌடியை துணைக்கு வைப்பது அவசியமானதாகி விட்டது. இவர் சின்னவயதில் குதிரை வண்டியில் அவரது அம்மாவோடு அடிவாரத்திற்கு வந்தவர். கணவனை பறிகொடுத்துவிட்டு அப்பனின் சொந்த ஊருக்குத் திரும்பி வரும்போது வளர்ந்த குழந்தையாய் இருந்த இவரைத்தவிர வேறுயாரும் இல்லை அவருடைய அம்மாவிற்கு. தெரிந்தவர்களிடம் கடன் வாங்கி இளநீர்க்கடை ஒன்றைப் போட்டார்கள். அது கொஞ்சம் வளர்ந்து பெட்டிக்கடையானது. பீடி, சிகரெட் விற்க ஆரம்பித்தபோது ஆம்பளைகள் கூட்டமாக வந்தார்கள். "என்னோட அம்மா அழகா இருப்பா. எல்லாரும் அவளுக்காகவே கடைக்கு வருவாங்க. அதைப் பார்க்கும்போதெல்லாம் எனக்கு எரிச்சலா இருக்கும். எனக்கு கடையில் இருக்கவே பிடிக்கவில்லை" என்றார்.

கடையை விட்டு விலகி, ஊர் சுற்ற ஆரம்பித்தார். அம்மாவிடம் போய்க் கேட்க வெறுத்து, பணத்திற்காக சுமை தூக்க ஆரம்பித்தார். சில சண்டைகளின்போது பணத்தின் ரத்த ருசியைப் பார்த்துவிட்டார். ஊரில் எல்லோரும் கண்காணிக்கிற குறு ரௌடியாக ஆனார். பளீர் மஞ்சளை உமிழும் சந்தனக் கடை வைத்திருந்தவர்கள் அவரை துணைக்கு வைத்துக்கொண்டனர். சந்தனக்கட்டை வியாபாரத்தில் கைத்தடியாகக் கொஞ்சநாள் போயிருக்கிறார்.

சில தடவைகள் ஜெயிலுக்கும் போய்விட்டு வந்திருக்கிறார். வீட்டுக்குப் போவதை அடியோடு நிறுத்தியிருந்தார். ஜெயிலில் இருந்தபோது சக கைதி ஒருத்தன், "தேன் ஒழுகும்போது கொரங்குக நக்காமலா இருக்கும். கொஞ்சகாலத்தில நகை நட்டு எப்படி சேக்க முடியும். சிவகாசில போயி நோட்டு அச்சடிச்சாதான் அம்புட்டு சீக்கிரம் பணக்காரனாக முடியும். மகன்காரன் தோளுக்குமேல வளந்தப்பறமும் வீட்டுக் கதவைத் தெறந்து போட்டுட்டு அலையறவள்லாம் மனுஷியா. நானே என் கண்ணாரப் பாத்திருக்கேன்" எனச் சொன்னது, அவரது

நெஞ்சை அறுத்துக்கொண்டே இருந்தது. சொன்ன கைதியைப் போட்டு அடித்திருக்கிறார். ஜெயிலில் தனியறையில் போட்டு உடலை உப்புக்கண்டம் ஆக்கினர். நடக்க முடியாதநிலையில்தான் ஜெயிலை விட்டு வெளியிலேயே வந்தார்.

நொண்டி நடந்தபடி, அம்மாவுடன் இந்த ஊருக்குள் நுழைந்த குதிரைவண்டிப் பயணத்தை நினைத்துப் பார்த்திருக்கிறார். கடைசியாய், அவரை அந்தப் பயணத்தில்தான் அவருடைய அம்மா கட்டியணைத்து வந்திருக்கிறார். "சேலையைக் கொஞ்சமா விலக்கி வயித்தில தலை படறமாதிரி வச்சுக்கிட்டு படுத்துக்கிட்டேன். தெரியாதமாதிரிதான் அத செஞ்சேன். ஆனா அவ பாத்துக்கிட்டுதான் இருந்தா. குதுர வண்டி ஆடறப்பல்லாம் மூக்கை கொண்டுபோய் அவ வயித்தில உரசி விளையாடிக்கிட்டு இருந்தேன்" என்றார். அதை நினைக்க நினைக்க அவருக்கு ஆத்திரம் பீறிட்டிருக்கிறது. ஒயின் ஷாப்பிற்கு போய்விட்டு நேரே வீட்டிற்குப் போய்விட்டார். இரவு என்ன நடந்தது என்பதைச் சொல்லாமல் என்னுடைய முகத்தைப் பார்ப்பதைத் தவிர்த்தார். மறுநாள் இவர் குதிரைக் கொட்டடிக்கு அருகில் கட்டில் விரித்துப் படுத்திருந்த போது, 'உங்கம்மா தூக்கில தொங்கிருச்சு' என எழுப்பியிருக்கிறார்கள். ஓடிப்போய் கால்களை கட்டிப் பிடித்துக்கொண்டு அழுதிருக்கிறார்.

ஊரே வியக்க, அந்தச் சாவை தூக்கிப் போட்டார். குச்சியில் கட்டிய மண்சட்டியைத் தூக்கிக்கொண்டு தன்மீது படர்ந்த புகையோடு அந்தச் சாலையில் நடக்கையில், ஏங்கி ஏங்கி அழுததை ஊரே வேடிக்கை பார்த்திருக்கிறது. "அடுத்தவன் கண்ணீர்தான் நம்ம முதலீடு. நாம அழுதுட்டோம்னு பாத்துட்டாங்கன்னா கருணைய வந்து எதிர்பார்ப்பாங்க. காச எடுக்கமுடியாதுன்னு ஒரு காலத்தில நெனைச்சேன். ஆனா அன்னைக்கு நான் அழுதத ஊரே பாத்திச்சு. பயம்விட்டுருச்சுன்னு தெரிஞ்சப்பறம்தான், பழைய கோபத்த பொய்யாக்கி கண்ல தேக்கிக்கிட்டேன்" என்றார்.

அந்தப் பிராந்தியத்திலேயே சந்தனக்கட்டையால் அவர் அம்மா மட்டுமே எரியூட்டப்பட்டிருந்தார். "சந்தனக்கட்டைல வேகுற உடம்பு தம்பி அது. உடம்பத்தான் பாத்தேன். உள்ளுக்குள்ள அவ எப்படீன்னு நெருங்கிப் பாக்காமலயே போயிட்டேன்" என்றார். அதற்கடுத்து அவருக்கு அழிவுகாலம் ஆரம்பித்தது. "ஊர் வாயில விழுந்துட்டேன்னு எல்லாரும் சொன்னாங்க. இந்தப் பயலுகளுக்கு ஒழுங்கா சாபம் விடக்கூட தெரியாது. ஒழுங்கா மனசொட்டி கும்பிடத் தெரியாது. இவங்க வாக்குல எல்லாம் சக்தியே இல்லை. முருகனுக்கு அனுப்பற பழத்தில சொத்தைய சேத்து அனுப்புவாங்க. நான் துப்பமுடியாத ஒரு வார்த்தையில விழுந்துட்டேன்" என்றார்.

செய்யாத கொலைக்கு அவர்மேல் குற்றம்சாட்டி ஜெயிலில் தூக்கிப் போட்டார்கள். அவர் ஜெயிலில் இருந்த காலத்தில் தொழிலை

வலுவானவர்கள் உருவாகிப் பிடித்துக்கொண்டனர். ஜாமீனில் வெளியே வந்த அவர், மனம் வெறுத்துப்போய் சாமியிடம்தான் வந்து நின்றிருக்கிறார். "கொத்துற பார்வைய அனுப்பறதில அவனுக்கும் பங்கிருக்கு. உனக்கு தந்ததுபோதும்னு நெனைச்சிட்டான்" என்றாராம் சாமி.

அமர்ந்திருந்த அவரைநோக்கி மலையை காட்டியிருக்கிறார். மேலேபோனவர் இதுவரை கீழே இறங்கவில்லை. முருகனின் உடலுக்கு அப்புகிற சந்தனத்தை விநியோகிக்கும் வியாபாரியாக ஆனார். ஆனால் அவரிடமிருந்து துளி சந்தனத்தைக்கூட சாமி பெற்றுக் கொள்ளவில்லையாம். தரமான சந்தனக்கலவைச் சட்டியொன்றை சாமி முன்னால் போய் நீட்டியிருக்கிறார். நிமிர்ந்து பார்த்த சாமி, அதில் ஒரு தீற்றலை எடுத்து பக்கத்தில் படுத்திருந்த நாயின் குண்டியில் தடவி விட்டிருக்கிறார். நீதிமன்றத்தில் இவர் சார்ந்திருந்த வழக்கில் சாமியைப் பார்த்துவிட்டுப்போன பிறகு விடுதலையானார். "அந்த ஜட்ஜ் அய்யா நெத்திய பாத்ததுமே தெரிஞ்சிருச்சு. நாய் குண்டில சாமி சந்தனத்தைப் பூசியிருந்தமாதிரி பட்டையா பூசியிருந்தாரு. வந்து ஒக்காந்த அடுத்த நிமிஷம் விடுதலைன்னு சொல்லிட்டு எந்திரிச்சுப் போயிட்டாரு" என்றார்.

விடுதலை ஆன கையோடு டீயை வாங்கிக்கொண்டு சாமியைத்தான் பார்க்க வந்திருக்கிறார். டீயை கையில்கூடத் தொடாமல், "பாவக் கணக்க ஒப்படைச்சிரு" என, மலையை நோக்கி மறுபடியும் காட்டியிருக்கிறார். என்ன செய்வது என்று தெரியாமல் மேலேபோய் நின்றவருக்கு மின்னல் வெட்டாய் யோசனை வந்துவிட்டது. தினமும் முருகன் துயில்கொள்கிற நேரத்தில் கணக்கு வழக்குகளை ஒப்படைப்பார்கள். இன்றைய வரவு, இன்றைய செலவு, மிச்சம் என கணக்கை பேப்பரில் எழுதி வைத்துப் வாய்விட்டுப் படிப்பார்கள். அதிலிருந்து ஒரு கோடுகூட தப்பிக்க முடியாது. முருகன் எல்லா கணக்கையும் கேட்டுவிட்டுத்தான் உறங்கப் போகிறான். மறுநாள் காலை நிதானமாக கணக்குத் தீர்ப்பான்.

அதற்குரிய அதிகாரி ஒருத்தரின் காலில் போய் விழுந்துவிட்டார். எவ்வளவு பணம் வேண்டுமானாலும் கொட்டிக் கொடுக்கத் தயார் என்றதும் கணக்குத் தீர்க்கிற கருவறை வாசல்வரை அவரை அனுமதித்தார்கள். தூங்கத் தயாராகிய முருகனின் முன்னால் நின்று மனதார, "நான் அப்படிக் கேட்டது தப்புதான்" எனச் சொன்னாராம். தரையில் அவர் பண்ணிய பாவக் கணக்குகளையும் எழுதிவைத்துப் படித்திருக்கிறார். படித்து முடித்ததும் அறைக்குள் சந்தனப்புகை பரவியிருக்கிறது. "சந்தனத்த எரிக்கறப்ப உள்ள உக்காந்திருக்கமாதிரி இருந்துச்சு. அதுக்கடுத்து அப்படி நான் பார்த்ததே இல்லை" என்றார். அதற்கடுத்து கருப்பு வியாபாரங்கள் எதையும் செய்யவில்லை.

நியாயமான வியாபாரி என அந்தப் பகுதியில் பெயரெடுத்தார். சாமி தன்னிடமிருந்து மட்டும் துளி பிரசாதத்தைக்கூட பெற்றுக் கொள்ளவில்லை என்பதில் ஆழ்ந்த வருத்தமிருந்தது அவருக்கு. அவர் சாமியின் வெளி எல்லையில் நின்று பார்த்துக்கொண்டு செல்ல ஆரம்பித்தார்.

என் கையில் பொட்டலம் ஒன்றைத் திணித்துவிட்டு, "இத சாதாரணமானதா நெனைச்சுக்காத. முருகன் கட்டின கோவணம் இது. நைட்டல்லாம் முருகனுக்கு சந்தனக்காப்பு பூசுவாங்க. வெளில குளிர்ச்சி இருந்தாலும் உள்ளுக்குள்ள உஷ்ணம் இருக்கும். நவபாஷன சிலைக்கு வியர்க்கும். அந்த வெப்பத்த அடக்கறதுக்குத்தான் சந்தனம் பூசறது. உடல்ல வியர்வையா விந்து வெளியேறுது. அத்தனை நீரும் மறுபடியும் சொட்டுச் சொட்டா இந்த கோவணத்திலதான் இறங்கும். வேர்வை அடியிலிருக்கிற பாத்திரத்தில வடியும். தலையில ஏறின விந்து மறுபடியும் இடுப்புக்கே வந்து முடியும். ஊர்ல நெறயப் பேரு முருகனோட கோவணத்துணின்னு சொல்லி பழைய துணிய விக்கறாங்க. இது அப்படி இல்ல. சாமி தலையைத் தூக்கிப் பார்த்ததும் இதை கொடுத்திரு" என்று சொல்லி விட்டுப் போனார்.

அந்தக் கோவணம் என்னிடம் வந்து சேர்ந்ததில் இருந்து எனக்கு மறுபடியும் அடிவயிற்றுக்குக் கீழே வலி எடுக்க ஆரம்பித்தது. கோவணப் பையை கீழே போட்டபோது வலி நின்றது. ஆனால் கை மறுபடியும் கட்டுப்பாடுகளை மீறி அந்தப் பையை கவ்வியது. கொடுத்தவரிடமே கடத்திவிடலாம் என, அவரது காரை நோக்கி நகர்ந்துபோனேன். கார் கண்ணாடியை இறக்கிவிட்டு, "கடைசி வலி உக்கிரமாதான் இருக்கும். பொறுத்துக்கிட்டீன்னா எல்லாத்தையும் கடந்துடுவ" என்றார். சொன்னதை வாக்காய்க் கருதி, அதை கையில் இறுக்கிப் பிடித்தபோது அடிவயிற்றில் கிளம்பிய வலி உடலெங்கும் பரவியது. இடுப்பை அசைக்கக்கூட முடியவில்லை. கழுத்தை மட்டும் திருப்பி சாமியைப் பார்த்தேன். எனக்கும் சாமிக்கும் இடையே நூறுமீட்டர் தூரம் இருந்தது. என் வாழ்நாளில் இந்தத் தூரத்தையும் நான் கடந்துதான் ஆக வேண்டும் என நிச்சயமாக எனக்குத் தோன்றியது. வானத்தை அண்ணாந்து பார்த்தேன். காட்டுச்சிலம்பன் குருவிகள், நாவல் மரத்திற்கு திரும்பவும் வந்திருந்தன. உளுந்த\வடை வாடை, சாமியின் காலடியில் இருந்து கிளம்பிவந்தது. அதை நுகரப்போவென எனக்குள் ஒரு குரல் கட்டளையிட்டது.

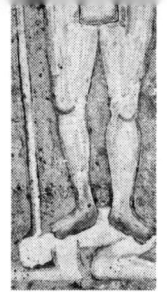

அத்தியாயம் 14

என் உடலில் அடியே படாமல் வளர்த்தார்கள். அடிபட்டுவிடும் என்பதற்காகவே விளையாடவிடாமல் பார்த்துக்கொள்வார்கள். உடல்வலி என்றால் என்னவென்றே தெரியாது. இதுவரைக்கும் அனுபவித்தவற்றை கூட வலி என்று உணரத் தெரியவில்லை. வலியை உணர்ந்தேனா? அதுவரை இடுப்பைத் தேய்த்தாவது என்னால் ஊர்ந்துபோக முடிந்தது. கோவணத்தை இடுப்பில் கட்டிப் பிடித்துக்கொண்டு எழ முயற்சி செய்தபோது, முதுகுத் தண்டுவடத்தில் அந்த வலி முதலில் பரவியது. தாளிப்பதற்கு கரண்டியில் கொதிக்கவைத்த எண்ணையை கீழ்முதுகில் வட்டமாக ஊற்றியதைப் போல ஒரு எரிச்சல் வந்தது. இதுவரை அனுபவித்தேயிராத எரிச்சல்.

விபத்தொன்றில் முதுகுத் தண்டுவடத்தில் அடிபட்டுப் படுத்திருந்த நண்பன் ஒருத்தனைப் பார்த்தபோது, பல்லை நறநறவென்று கடித்தபடி திரும்பிப் படுத்த காட்சி நினைவிற்கு வந்தது. பற்களை எவ்வளவு முடியுமோ அவ்வளவு இறுக்கமாகக் கடித்தேன். முதுகிலிருந்த வலி படிப்படியாக கழுத்துத்தண்டை நோக்கிப் பரவியது. கழுத்தையும் இடுப்பையும் ஒடித்துவிட்டால் அது வெறும் சக்கைதான். உள்ளுக்குள் புறப்படுகிற உஷ்ணம்தான் இனி உந்தித் தள்ளவேண்டும். புரண்டு அப்படியே மண்ணில் விழுந்தேன். என் உடலில் ரத்த ஓட்டம் கூடுவதைப் போல உணர்ந்தேன். தரையில் முகத்தைப் புதைத்துப் படுத்துக் கிடந்தேன். தலையை இரண்டு அங்குலம் மண்ணிலிருந்து உயர்த்தி சாமியைப் பார்த்தேன். சலனமில்லாமல் உற்றுநோக்கினார். மங்கலான மேகங்கள் விலகி முகம், மறையப்போகிற கதிரவனைப் போல இருந்தது. என்னைக் கொடுத்து தன்னை மீட்கிற முனைப்பில் அவரை நோக்கி நகர்ந்து போனேன்.

வயிற்றுக்கு அடியில் கிடந்த கையை உருவி அவரை நோக்கிக் காட்டினேன். அவர் அப்போதும் அசைவுகள் எதுவும் இல்லாமல் அமைதியாக அமர்ந்திருந்தார். என்னைக் காக்க கரங்களே இல்லையா? எதற்காக நான் இங்கே வந்தேன்? இங்கே வலியில்லாத வாழ்வு என்று சொல்லித்தானே அழைத்து வந்தார்கள்? திரும்பிப் போய்விடலாமா? எண்ணங்கள் சுழற்றிச் சுழற்றி அடித்தபோது, உளுந்தவடை வாடை என் உடலெங்கும் பரவியது. கவ்விப் பிடித்துவிடவேண்டுமென்கிற வெறியேறியது. நகர்ந்து போய்விடலாம் என்கிற நம்பிக்கை ஒரு துளி விதையைப் போல எனக்குள் உருண்டது

இரண்டு கைகளையும் உருவி தலைக்குமேல் கும்பிடுகிறமாதிரி போட்டேன். கைகளை ஊன்றி முதலை போல தவழ ஆரம்பித்தேன். ஒரு நிமிடத்திற்கு ஒரு அங்குல தூரத்தைக் கடந்தேன். உடலை மண்ணில் கிடத்தி தலையை மட்டும் தூக்கியோடும் பாம்புபோலவும். என்னைச் சுற்றி யார் இருக்கிறார்கள் என்பதையெல்லாம் கவனிக்கக்கூட இல்லை. சாமியின் காலடியில் கண்ணைக் குவித்து அந்த இடத்தை நோக்கி முன்னேறினேன். தட்டுத் தடுமாறி சாமி இருந்த கோவிலின் நிலைப்படியைத் தவழ்ந்து, இருட்டிற்குள் சாமி இருக்கிற இடத்தை நோக்கிப் போனேன். அந்தக் கோவணம் என் உடலோடு ஒட்டிக் கொண்டிருந்தது. இந்த நீண்ட நெடிய பயணத்தில் அந்தக் கோவணம் என்னைவிட்டு விலகவில்லை.

சாமியின் காலடியை அடைந்ததும் தலையை தரையில் புதைத்து மூச்சு விட்டேன். இன்னொரு மூச்சுச்சத்தம் சன்னமாகக் கேட்டது. மூச்சை இழுத்துப் பிடித்து, அந்தச் சத்தத்தை கூர்மையாகக் கேட்டேன். மெதுவாக ஆரம்பித்த மூச்சுச் சத்தம் படிப்படியாக பலமானது. அந்த அறையெங்கும் மூச்சுக் காற்று பரவியது. எனக்குள் மூச்சின் வெப்பம் பரவுகிற மாதிரி இருந்தது. சுவரில் இருந்த புகைப்படம் ஒன்று கீழே விழுந்து நொறுங்கும் சத்தமும் பலமாகக் கேட்டது. தலையை என்னால் உயர்த்த முடியவில்லை. மூச்சுக்காற்று படிப்படியாகக் குறைந்து அமைதியானது.

“கோவணத்தைக் கழற்றுகிற நேரம் வரும்வரை கட்டிக்கொள். வலியென்றால் என்னவென்பதை உணர்ந்துவிட்டாய். கடைசிக் கடமையை முடித்து விடு. பிறப்பின் நோக்கத்தை அறிவாய்” என, கணீரென்ற குரல் கேட்டது. தலையை தூக்க முடியாமல் குப்புறக் கவிழ்ந்து கிடந்தவனிடம், “திரும்பிப் படு” என்று சாமி சொல்லிய ஒரு நிமிடத்தில் மல்லாக்கப் படுத்தேன். உட்கார்ந்த நிலையிலேயே கையிலிருக்கிற குச்சியால் என்னுடைய நெஞ்சுக்கூட்டையும் அடிவயிற்றையும் வருடினார். படுக்கையிலிருந்து எழுந்துவந்த சாமி, என் மார்பும் அடிவயிறும் இணைகிற இடத்தில் ஓங்கி மிதித்தார்.

ரப்பர் பந்தைக் கைகளால் அழுத்திக் கையை எடுத்தால் அடுத்த நொடி வீங்கிக்கொள்ளும். அதைப் போல சாமி உதைத்ததும், சுருங்கிக் கிடந்தவன் விரிந்து எழுந்து அமர்ந்தேன். வலியெடுத்த இடங்களெல்லாம் நெகிழ்ந்து எனக்கு ஒத்துழைத்தன.

தலையை நிமிர்த்தி என்னுடைய முழங்கால்களில் இருகைகளையும் ஐயப்பனைப் போலப் போட்டு அமர்ந்திருந்த என்னிடம், "என்னைத் திரும்பவும் பார்க்கிற சந்தர்ப்பத்தை கையளிக்கிறவரை ஒருபோதும் திரும்பிப் பார்க்காதே. உன்னால் இப்போது நடக்கமுடியும்" என்றார். என்னையறியாமல் அமர்ந்திருந்த இடத்தில் வட்டமடிக்க ஆரம்பித்தேன். என் கைகளை முழங்கால்களை விட்டு எடுக்கவே இல்லை. சாமியிடமிருந்து கண்களை விலக்கி நான் அமர்ந்திருப்பதைப் பார்த்தேன். அகிலம் மெதுவாகச் சுழல்வதைப்போலச் சுழன்றேன். என் முகப்பகுதி வாசலை நோக்கித் திரும்பியது. முதுகு மெல்லத் திரும்பி சாமிக்கு முகத்தைக் காட்டியது. வெளியில் இருந்து அதிகாலை வெளிச்சம் முழுமையாக முகத்தில் விழுந்தது. என்னைத் தாண்டிக்கொண்டு சாமி மீதும் அது விழும் என்பது புரிந்தது. என் வாய் என்னையறியாமலேயே முணுமுணுத்தது. 'அருட்பெருஞ் ஜோதி. தனிப்பெரும் கருணை.' எழுந்து விட்டேன் என்பதை உணர எனக்குச் சில நிமிடங்கள் பிடித்தன.

என்னையறியாமல் சாமி இருக்கிற பக்கமாகத் திரும்பிப் பார்த்தேன். அவர் படுத்துக்கிடந்த படுக்கையில் அந்த நொண்டி நாய் படுத்து, வேறொருபக்கமாய் முகத்தைத் தொங்கப்போட்டிருந்தது. சாமியைத் தேடினேன். காலுக்குக்கீழே உடைந்து கிடந்த அவரது புகைப்படத்தில் அவர் முகம் தெரியாதளவிற்கு சுக்குநூறாக கண்ணாடிகள் உடைந்து ஒட்டிக் கிடந்தன. அதைக் குனிந்து எடுக்க முயன்றபோது நாய் குரைத்தது. அந்த இடத்திலேயே புகைப்படத்தைத் தொடாமல் நின்றபோது திரும்பவும் குரைத்தது. பின்னர் விடாமல் பெருங்குரலெடுத்து குரைக்க ஆரம்பித்தது. அதற்கு முதுகைக் காட்டும்போது குரைப்பதை நிறுத்தியது. திரும்பினால் மீண்டும் குரைத்தது.

என் முதுகை நாய் இருக்கிற பக்கமாக காட்டிக்கொண்டு என் கால்சட்டையைக் கழற்றினேன். சட்டையைக் கழற்றி கீழே போட்டேன். அந்தக் கோவணத்தை எடுத்து அண்ணாக்கயிற்றில் கட்டினேன். வயிற்றுப் பக்கத்தில் இருந்து அதை மடித்து அடியில் கொண்டுபோய் இடுப்புப் பக்கத்தில் இருக்கிற அண்ணாக்கயிற்றில் சொருகியபோது, முதுகில் யாரோ மின்னலை கத்தியாக்கிக் குத்தினார்கள். திரும்ப முயன்றபோது, 'திரும்பாதே போ' என சாமியின் குரல் கேட்டது. எனக்குமுன்னே தெரிந்த வெட்டவெளியில் காற்றில்லாமல் அடைத்து மப்பாயிருந்தது வானம். வெறும் கோவணத்தோடு வாசலைத் தாண்டி வெளியே கால் வைத்ததும் என் கால்களில் தரைக்குக் கீழ் காற்று வருடுவதை உணர்ந்தேன்.

வெளியே வந்தபோது எனக்குமுன்னே இருந்த வேப்பமரங்கள் மேல் காற்றில்லாமல் அசைவற்று இருந்தன. குனிந்து பார்க்கையில் சுற்றியிருக்கிற செடிகளை தரைக்காற்று ஆட்டிக்கொண்டிருந்தது. சுற்றிலும் பார்த்தேன். அந்த இடத்தில் யாரும் இல்லை. டீக்கடைகூட பூட்டியிருந்தது. கோவிலை மெல்ல சுற்றிப் பார்க்கலாம் என்கிற ஆசை வந்தது. அந்தக் கழிவறையைக் கடக்கும்போது ஏனோ நின்றேன். பெருஞ் சூறைக்காற்று ஒன்று கிளம்பிவந்து என் முதுகைப் பிடித்துத் தள்ளியது. கொஞ்சம் தள்ளிப்போய் மரமொன்றின் அடிப்பாகத்தைப் பிடித்துக்கொண்டேன். என் கைகளை அதில் வைக்க முடியாதளவிற்கு காற்று பெருகியது. அந்தக் கழிவறையைத் தாண்டி சில அடிதூரங்கள் தள்ளிவந்து விழுந்தேன். அந்த நேரத்தில் எனக்கு யார் நினைப்பும் வரவில்லை. எண்ணங்களே என்னுள் இல்லை. ஒரே எண்ணம் உந்தியபோது வெளிறிப்போயிருந்த முகத்தில் ரத்த ஓட்டம் பரவுவது தெரிந்தது. சுண்டிக்கிடந்த ரத்தம் சூடாய் பரவத் தயாரானது.

பெருங்காற்று நின்றிருந்தது. அமர்ந்தநிலையிலேயே என் உடலை மேய்ந்தபோது, என் காயங்களைக் காணவில்லை. தழும்பு இருந்த இடத்தில் சந்தனத்தீற்றுகள் தெரிந்தன. அடிவயிற்றிற்குள் எறும்பு ஊர்வது நின்றிருந்தது. எழுந்து எல்லையைச் சுற்றி நடந்தேன். சின்னவயதில் அம்மா கோவிலுக்கு அழைத்துப்போனால், இருபத்தோரு சுற்று சுற்றச் சொல்வாள். கால் வலிக்கிறது என்று சொன்னால் இடுப்பில் சுமந்து சுற்றுவாள். ஏனோ அது எனக்கு ஞாபகம் வந்தது. சுற்றலாம் என்று தீர்மானித்தேன். முதல் சுற்றை நடந்து கடந்தேன். இவ்வளவுநாள் முடங்கியிருந்தவன் விட்டு விடுதலையான பிறகு நடப்பதா? என்னால் ஓடமுடியுமா என்கிற சந்தேகமும் வந்தது. தவழ்ந்துகிடந்த எல்லையை ஓடித்தான் கடக்க வேண்டும். ஓடினால்தான் வெப்பம் பரவும் உள்ளுக்குள்.

எல்லையைச் சுற்றியோடியபோது எல்லைக்கு வெளியே சாமியைப் பார்க்க வந்திருந்த பெரியவர், அரச மரமொன்றிற்குக்கீழே அமர்ந்திருப்பது தெரிந்தது. அவரைப் பார்த்தபோது 'விடாதே ஓடு' என்பதைப்போல சைகை காட்டினார். வெறிபிடித்து ஓடத் துவங்கினேன். என்னைச் சுற்றிலும் மரங்கள் தலைவிரித்தோடி வந்தன. வானத்தைப் பார்த்தேன். கருமேகக் கூட்டமொன்றும் என்னோடு சேர்ந்து வட்டமடித்து ஓடியது. எனக்கு நானே வட்டமடித்தபோது வலசைபோய் திரும்பிவந்த பறவைகள் கத்துகிற சத்தம் கேட்டது. ஓடியபடியே அண்ணாந்து பார்த்தேன். என்னோடு சேர்ந்து வரிசையாக வலசைக்கு வேற்று ஊருக்குப் போயிருந்த பறவைக் கூட்டமும் சேர்ந்து சுற்ற ஆரம்பித்தது. எங்களது கோவிலே எனக்குத் தோதாதாகச் சுற்றியது. ஒன்று, இரண்டு, மூன்று என எண்ணிக் கொண்டே ஓடியபோது, கோவில் உடலோடு ஒட்டியபடி என்னோடு ஓடி வந்தது. வட்டத்தின் எந்த எல்லைக்குப்போனாலும் கோவில் என்னை விட்டுப் பிரியவில்லை.

இருபத்தொன்று என நான் சொல்லிமுடித்தபோது, அந்தப் பெரியவரின் மடியில் படுத்திருந்தேன். என் தலையை வருடியபடி அவர், "எல்லாரு உசுரும் உன்னை நம்பித்தான் இருக்குது. நீ கிளம்புற நேரம் வந்துருச்சு. நீ திரும்பி வர்றவரைக்கும் என் வீட்டு வாசல்ல காத்துக்கிட்டு இருப்பேன்" என்றார். அவர் மடியில் பொதித்திருந்த பொட்டலத்திலிருந்து வடையை எடுத்து எனக்கு ஊட்டிவிட்டு, 'உயிர் நீர்' என்றார். எழுந்து நிற்கையில் என் அடிவயிறு அவரது முகத்திற்கு நேராக இருந்தது. என் கோவணத்தை வயிற்றில் இருந்து எக்கி உருவி, என் அடிவயிற்றுக்குள் கையிலிருந்து ஒரு அரச இலையொன்றை எடுத்துவைத்துப் புதைத்துப் போவென்றார். நெஞ்சை நிமிர்த்தி என்னுடைய இரண்டு கைகளையும் இடுப்பில் ஊன்றி மேற்குத் திசை பார்த்து நின்றபோது, அவர் கையெடுத்து "சுக்ல மணி" என வாய்விட்டுச் சொல்லியபடி என்னைக் கும்பிட்டார். வெள்ளாடு ஒன்று ஓடிவந்து என் கைகளில் ஏறி நெஞ்சோடு கலந்தது. வானம் பார்த்து பறக்கிற தலைமுடியோடு அண்ணாந்து நின்றேன். முதல் எட்டை நான் தூக்கிவைத்த இடத்தில் காலடித்தடம் பதிந்தது. வலதுகாலை மேடாக இருந்த நிலமொன்றில் ஊன்றி இடுப்பில் கை வைத்துக்கொண்டு வானத்தை ஒரு வட்டமடித்துப் பார்த்தேன். என் மார்பில் அமர்ந்திருந்த வெள்ளாடு என்னோடு சேர்ந்து பார்த்தது.

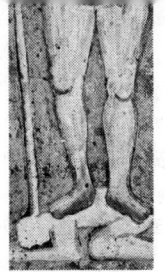

அத்தியாயம் 15

விதிக்கப்பட்டு முடங்கிக் கிடந்த எல்லையைவிட்டு வெளியேவந்து பார்த்தேன். எனக்கு முன்னால் என்னுடைய நிலம் பரந்து விரிந்து கிடந்தது. பூப்பதற்குமுன்பே கருகிப்போயிருந்தன வித்துக்கள். அறுப்பைப் பார்க்காமலேயே விளைந்த வயல்கள், பச்சையிலேயே மணி பிடிக்காமல் கருகிப் போயிருந்தன. பால்பிடிக்காத காய்ந்த சோளங்களை காகங்கள் கொத்திக்கொண்டிருந்தன. என் காலுக்குக்கீழே இருந்த ஓடையில் கிடக்கிற மண் வெயில் தோய்த்து வார்த்துக் குறும்பொடியாக மாறியிருந்தது. இயங்கியல் விதிப்படி அது நேரெதிரான செயல். இயங்கியலை நுகத்தடியில் வைத்திருப்பவன் செய்யக்கூடாத செயல். ஓடை மண்ணில் காலை அழுத்தி வைத்தபோது, அந்தத் தடத்தில் நீர்க்கோர்த்து மேலே ஈரம் எழும்பி வந்தது. பள்ளத்திலிருந்து ஒரு சத்தம் கேட்டது. “ஏண்டா சுக்ல மணி படுபாவி. உனக்கு கோவிச்சுக்கிட்டு வந்து உக்கார்றதுக்கு இந்த இடம்தான் கெடைச்சுதா. என் காலெல்லாம் பொசுங்குனத நீ பாக்கலயா. குருடாடா நீ? குடும்பம், பிள்ளைகுட்டின்னு வாழ்ந்தாதான உனக்கெல்லாம் ஈரம் பிறக்கும். குண்டிகழுவ வந்தவ பள்ளத்தில தண்ணி இல்லாம கீழ விழுந்து படுத்துக் கிடக்கறப்பகூட உனக்கு கருணை பெறக்கலியா” என, மூதாட்டியொருத்தி அரற்றிக்கொண்டிருந்தாள். என் முதுகிற்குப் பின்னால் கேட்ட சப்தம் அது. அமைதியாக அந்த இடத்திலேயே அவளுக்காகக் காத்திருந்தபோது தட்டுத் தடுமாறி என் காலுக்குக்கீழே முகம் பார்க்கிறமாதிரி வந்து விழுந்தாள்.

சவட்டிக்கொண்டு படுத்துக்கிடந்த அவளை இடுப்பில் தூக்கி வைத்தேன். இலவம் பஞ்சைப்போல எடையில்லாமல் இருந்தாள். கரிய கழுத்து எலும்புகள் துருத்தித் தெரிந்தன. பாம்படம் இருந்த காதில் பெரிய ஓட்டை மட்டும் தெரிந்தது. என் தோளில் தலைவைத்து

இருந்த அவளது காது ஓட்டைவழியாகப் பார்த்தேன். இடும்பன்மலை தெரிந்தது. அவளை சுமந்து நடக்கையில், “முசுக்கொட்டான்மாதிரி வர்றீயேலே. ஒரு வார்த்தை பேசிட்டா கொறைஞ்சா போவ” என்றாள். சுற்றிப் பார்த்த போது, விரல் அளவிற்கு ஒழுகுகிற தண்ணீரில் மக்கள் வாளியில் நீர் பிடித்துக் குளித்தார்கள். குறுகிய அந்த ஒற்றையடிப் பாதையில் இருந்த முட்கள் அவள்மீது படாமல் தூக்கிவந்து சாலையின் துவக்கத்தில் நின்ற வாய்பிளந்த மாட்டு வண்டியொன்றின் வயிற்றுக்குள் அவளைப் போட்டேன்.

என்னை முழுதாகப் பார்த்த அவள், “வெறும்பயலே, இப்படி கோவணத்தோட நின்னுதான் ஊரைக் கெடுக்கிற. இடுப்பில இந்த துணியையாவது கட்டு” என நீட்டினாள். அமைதியாக நின்றவனைப் பார்த்து, “அது இருக்கும், நீ இங்க வந்து மாமாங்க காலம். இன்னும் சின்னப்புள்ளையா நெனைச்சா எப்படி” என, சவட்டிக்கொண்டு நகர்ந்து வந்து பச்சை கண்டாங்கிச்சேலையை பட்டையாகக் கிழித்து என் இடுப்பில் கட்டிவிட்டாள்.

தூரத்தில் இருந்து பார்த்தபோது, பாதயாத்திரைக்கு ஜனங்கள் எறும்புகளைப் போல வரிசையாய் ஊர்ந்தார்கள். சிவப்பும் மஞ் சளும் கலந்த ஒளிக்கலவை வெயிலுக்குள் மசிந்துகொண்டிருந்தது. காலைத் தேய்த்து எல்லோரும் நடக்கிற சத்தம் உச்சந்தலைக்குள் கேட்டது. கடைசி பத்துமைல் தூரத்தை வலியோடுதான் கடக்க வேண்டும். என் மக்களோடு சேர்ந்து நானும் கடப்பேன் எனக்கான தூரத்தை. அந்த ஜனத்திரளை நோக்கி நடந்துபோனேன். “சாமி புள்ள அவர மாதிரியே கிறுக்குப்பிடிச்சு ஒரு முழம் துணியக் கட்டிக்கிட்டு போகுது” என்றார், என்னைத் தாண்டிப் போன ஒருத்தர். “நீ பேசாம போப்பா, எச்சிலைக் கிச்சிலைத் துப்பி வைக்கப் போறான்” என்றார் உடன்போனவர்.

ஜனக்கூட்டத்திற்குள் நுழைந்தேன். அரோகரா கோஷத்தைவிட காலைத் தேய்க்கிற சத்தமே மூளைக்குள் வண்டுகளின் ரீங்காரம்போல பெரிதாக கேட்கத் துவங்கியது. என் காதருகே உடுக்கையைக் காட்டி பலத்தைத் திரட்டி அடித்தார்கள். சிறு வெங்கல மணிச்சத்தம் கேட்டது. இடிச்சத்தம் மட்டுமே இனி என்னை உலுக்கும். அந்த ஒட்டுமொத்த குரலிலும் கலந்துகிடக்கிற தனித்தனிக் குரல்களை நானறிவேன். போற்றிப்பாடும் பாடல்கள் என்னைச்சுற்றி வெறும் பரப்பில் ஒலித்தன. காற்றில்லாத நிலம் ஒலியைக் கடத்தவில்லை. இரண்டுபக்கமும் திரும்பிப் பார்த்தேன். கண்ணுக்கு எட்டிய தூரம்வரை மக்கள்திரள் வால்போல் நீண்டிருந்தது. மெதுவாக ஊர்ந்துபோன கூட்டத்தைக் கிழித்துக்கொண்டு வேகமாக உள்ளிறங்குகிற ஒரு வேல்போல கடந்துபோனேன். எனது இடதுபுறம் நடக்கமுடியாத பெண்ணொருத்தி மரநிழலில் மயங்கிக் கிடந்தாள். அன்னதானம்

போடுகிற இடத்தில் போய் நின்று கணக்குப் பார்த்தேன். அவன் முகத்தைப் பார்த்தபோதே தெரிந்துவிட்டது இவன் கணக்குச் சொல்லமாட்டான். கையிலேந்தி வந்து சர்க்கரைப் பொங்கலை வைத்தான். கீழே தட்டிவிட்டபோது மண்ணில் புரண்ட அதன்மீது சாரை சாரையாய் செவ்வெறும்புகள் எங்கிருந்தோ கூடி மொய்த்தன. “கிறுக்குப் பயலே!” என, கையை ஓங்கிக்கொண்டு வந்தான். “சாமி இனிப்பு சாப்பிடற மனநிலையிலா இருக்கு” என, ஒருத்தர் உதவிக்கு வந்தார்.

கண்ணாலேயே குண்டான்களை கணக்குப் போட்டுவிட்டு மறுபடியும் சாலையில் இறங்கி நடந்தேன். பெரிய லாரியொன்றை நிறுத்தி பாத யாத்திரை வருகிறவர்களுக்கு இலவசமாக இளநீரை வெட்டிக் கொடுத்துக் கொண்டிருந்தார்கள். அந்த வரிசையில் போய் நின்றேன். என் முறை வந்தபோது, என் பங்கை வெட்டிக் கையில் கொடுத்தார்கள். அதை வாங்கி பக்கத்தில் இருந்த துளிர்க்கப் போராடிய வேப்பஞ்செடியின் வேர்ப்பக்கமாக ஊற்றினேன். சக்தியின் தாகத்தைத் தீர்த்தால்தான் நீர் பெருகும். கையெடுத்துக் கும்பிட்டார் வெட்டிக் கொடுத்தவர். முதலில் அடையாளம்கண்ட அந்த இரண்டுபேரை எனக்கு நன்றாகத் தெரியும். அந்தக் கூட்டம் பெருகியபடியே இருந்தது. முகத்தைப் பார்ப்பதற்காக பின்வரிசையில் இருந்து ஓடி வந்தார்கள். ஒருத்தரை ஒருத்தர் மோதி கீழே விழுந்தார்கள். “படுத்துக் கிடந்த கெழவி இவர் தொட்டதும் எந்திரிச்சு குதியாட்டம் போட்டாளாம். அவளே சொல்லிருக்கா. அதுதான் காத்து வாக்கில ஜனங்க காதை தொத்திக்கிச்சு” என்றாள் ஒருத்தி.

அவளை திரும்பிப் பார்த்தேன். கன்னத்தில் கையை வைத்து சூசுவா என்றாள். என் இடுப்புத்துண்டைப் பிடித்து இழுத்தவனை ஒருத்தன் கன்னத்தில் அறைந்தான். அந்த அறை அவனுக்கு வலிக்காமல் இருக்கக் கடவதாக! சாமி சாப்பிடணும் என, நீரில்லாமல் உலர்ந்துபோன எலந்தைப் பழத்தை எடுத்து நீட்டினாள் ஒருத்தி. அதை வாங்கிக்கொள்ளாமல் அவளைக் கடந்துபோனேன். “அப்படி என்ன சொல்லிட்டோம்னு, சாமிக்கு கோபத்த பாறேன்...” என்றாள். மனிதக் கூட்டத்திற்குள் மையமிட்டபோது என்னைச் சுற்றி மனிதக் கைகள் வளையம் போட்டன. அவர்களது முகங்களை நிமிர்ந்து பார்க்கவில்லை. அவர்களை ஏற்கனவே அடையாளம் கண்டுவிட்டேன். மஞ்சள் சேலையில் முகம் பொதித்துப் படுத்துக்கிடந்த குழந்தையொன்று தூக்கம் கலைத்து, கண்களை அகல விரித்தபோது, அதை நோக்கி எச்சில் துப்பினேன். மறுபடியும் கண்ணை மூடித் தூங்கியது.

“ஒவ்வொரு தைப்பூசம் முடியறப்பயும். ஜனங்க வந்துபோன அழுக்க கழுவறதுக்கு மொத்த மலையும் வழிஞ்சு ஓடறமாதிரி முருகன் மழையக் கொடுப்பான். பத்து வருஷமா அவனே அழுக்கான

கோவிலுக்குள்ளதான் உக்காந்திருக்கான்" என்றார், பெரியவர் ஒருத்தர். மொத்த ஜனங்களிடமும் மழையைத் தவிர வேறேதும் பேச்சில்லை. மழை ஒரு ஏக்கம்போல அவர்களது கண்களில் உறைந்திருந்தது. அவர்களது பாதங்கள் வெடித்துப் போயிருந்தன. நடக்கையிலேயே நகத்தால் என் கையைக் கீறினேன். சூடான ரத்தம் கொப்பளித்தது. வரிவரியாய் வெடித்த பாதங்களைப் போல இருந்தது அந்தக் காயம்.

மனிதவளையம் கூட்டத்திற்குள் யாரும் என்னை நெருங்காதபடி வியூகம் அமைத்து நகர்ந்தது. நானும் வளையத்தை விட்டு விலகவில்லை. என் வளையத்திற்கு வெளியே காவடி கொண்டாட்டங்கள் துவங்கின. மண்ணள்ளுகிற இரும்புச்சட்டியில் சூடத்தை நிறைத்து என் முகத்திற்கு நேரே காட்டினார்கள். முகத்தை அதற்குள் பொதித்துக் கற்பூர வெப்பத்தை உறிஞ்சினேன். இடத்தை நெருங்கிவிட்டோம் என ஒவ்வொரு விழியும் கண்டு பரவசித்தது. காவடி எடுத்தவர்கள் என் காலுக்கு முன்னால் வட்டமாகக் கிடந்த நிலத்தில் குனிந்து ஆடினார்கள். அலகு குத்திக் கொண்டுவந்த மனிதனைப் பார்த்தேன். வலியின்றி அவன் என்னைப் பார்த்துச் சிரித்தான். எங்களைக் கடந்துபோன வாகனம் ஒன்றில் இருந்து மலர்களை எடுத்து வீசியெறிந்தார்கள். ஒரு கொத்துச் சாமந்திப்பூக்கள் என் முகத்தில் வந்து விழுந்தபோது 'அரோகரா!' சத்தம் மலையின்மீது பட்டு எதிரொலித்து மெல்லிய சப்தமாய் என்னைத் திரும்பவும் வந்தடைந்தது.

பாதை இரண்டாகப் பிரிந்து நேரேசெல்லும் பாதையில் கூட்டம் போய்க்கொண்டிருந்தது. இடதுபுறம் உள்ள சாலை வந்ததும் நின்றேன். அவர்களுக்கும் நான் நிற்பேன் என்பது தெரிந்தே இருந்தது. "அங்கே போவதற்குமுன்பு இங்கே ஒரு வேலை இருக்கிறது" என்றார்கள். சரியென்பதுபோல தலையை அசைத்தேன். மேற்கிலிருந்து மஞ்சள் ஒளி என் முகத்தில் விழுந்தது. சந்தனத்தை எடுத்து என் முகத்தில் அப்பினார்கள். என் உடலெங்கும் சந்தனத்தை குளிரக்குளிர நீவி விட்டார்கள். "நீங்க எதுக்குப்பா இவர கூட்டிட்டுவந்து பொல்லா சோலி பண்றமாதிரி பண்றீங்க. யாரு புள்ளையோ அனுப்பிச்சு விட்டுருங்கப்பா" என, கூட்டத்திலிருந்து விலகிவந்த ஒருத்தர் சொன்னார். திரும்பி அவரைப் பார்த்து போவென்பதுபோல தலையை அசைத்தேன். "பகுமானக் கோழி ஒண்ணு பந்தல்மேல ஏறிநின்னு பிளாஸ்டிக் முட்டை போட்டுச்சாம். நான் என்ன சொல்றது" எனக் கடந்துபோனார். காவல்துறை வாகனமொன்று அருகில் வந்தது, "டேய், சாமி கீமின்னு எங்கேயாவது இவனவச்சு காசு கேட்டுக்கிட்டு இருக்கறத பாத்தேன். தொலைச்சுப்புடுவேன் தொலைச்சு" என்றார், முன்னால் அமர்ந்திருந்தவர். என்னை அழைத்துக்கொண்டு சோளக்காடொன்றில் புகுந்தார்கள்.

ஆள் நடமாட்டம் படிப்படியாக சோளக்காட்டிற்கு வெளியே குறைய ஆரம்பித்தது. மேலே வெள்ளிகள் முளைக்க ஆரம்பித்தன. நிலவைச் சுற்றி ஒளிவட்டம்போட்டது மழைச்சகுனம். அசையாமல் அதையே பார்த்துக்கொண்டிருந்தேன். அண்ணாந்து வானத்தைப் பார்த்த ஒருத்தன், "கிளம்பலாம் சாமம் துவங்கிவிட்டது" என்றான். 'அரோகரா!' என்று கத்தியபடி இரண்டுபேர் என்னைத் தூக்கி ஒருத்தனின் கழுத்தில் அமர வைத்தார்கள். யானையைப் போல குனிந்து அமர்ந்து என்னைத் தோளில் ஏந்தினான். என் வலதுதொடையால் 'போ'வென்பதைப்போல அவன் முகத்தில் இடித்தேன். என்னைச் சுமந்துகொண்டு மலைமீது ஏறத் துவங்கினார்கள். என்னைச் சுமந்தவன் சோர்வே இல்லாமல் தூக்கிக் கொண்டு போனான். ஒரு பல்லக்கில் செங்குத்தாக மேலேறினேன்.

கிழக்கு வானம் இருளை உறிஞ்சியது. சீக்கிரம் வெளுத்துவிடும் என்று தோன்றியது. தோள்களில் அமர்ந்து வந்ததால், தொடை வலிக்க ஆரம்பித்ததும் கால்களை நகட்டியதைப் பார்த்துவிட்டு ஒருத்தன், "சாமி மலையேறிடுச்சு." என்றான். மலை உச்சியில் என்னை இறக்கிவைத்த போது, மஞ்சளும் ஊதாவும் கலந்த நிறத்தில் வானம் ஒளியைப் பாய்ச்சியது. நிறக் கலவையிருந்தும், காலைச் செவ்வானம் காணாமல்போயிருந்தது. கடல் நீர்போல அலையடித்துக் கொண்டிருந்த வானத்திலிருந்து மஞ்சள் ஒளி எதிரேயிருக்கிற இன்னொரு மலையில் பட்டு என் முகத்தில் பரிபூரணமாக ஏறியது. என்னுடன் வந்தவர்களின் முகங்களைப் பார்த்தேன். அந்த முகங்கள் கையெடுத்து என்னைக் கும்பிட்டன. "வந்துட்டானா? மஞ்சள் ஒளி முகத்தில் ஏறுகிறவன பாக்கறதுக்காகத்தான் இத்தனை காலமா ரகசியத்த பொத்திப் பாதுகாத்துக்கிட்டு இருந்தோம்" என, மலை மீதிருந்த குகைக்குள் இருந்து ஒரு சத்தம் வந்தது. என்னோடிருந்தவர்கள் காணாமல் போயிருந்தார்கள். அகலவிரித்த மலைப் பாம்பொன்றின் வாயாக இருந்த அந்தக் குகை சாம்பிராணிப் புகையைக் கக்கியது.

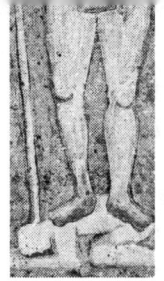

அத்தியாயம் 16

எத்தனை இரவு, எத்தனை பகல் அந்த இடத்தில் அப்படியே கிடந்தேன் எனத் தெரியவில்லை. காலத்தைக் கணக்கிட முடியாதளவிற்கு நல்ல தூக்கம் தூங்கியிருக்கிறேன் என ஒரு உணர்வு வந்து அடங்கியது. முகம் பொலிவாக இருக்கும் என்று கண்களுக்குள் விழுந்த ஒளி காட்டியது. என் கைகளை தடவிப் பார்த்தேன். துலக்கமாக சந்தனம் உதிர்ந்து மஞ்சள் நிறத்தில் இருந்தது. கால்களைத் தடவியபடி பார்வையை உடலுக்கு மேலே கொண்டுவந்தபோது நிர்வாணமாக இருப்பது உறைத்தது. முழு நிர்வாணத்தைப் பார்த்து நிறைய நாட்களாகிவிட்டதைப்போல தோன்றியது. யாரும் பார்க்காத அந்த நிர்வாணம் சுகமாக இருந்தது. என்னை இந்த மலையில் எதற்காகத் தூக்கிவந்து போட்டார்கள்? கடைசியாய், தூக்கத்தில் வலியில் முனகியபோது யாரோ, என்னவோ சொன்னது மங்கலாக நினைவில் இருந்தது.

இது என்ன மலை? நடந்துபோய் ஆழத்தைப் பார்த்தேன். சுற்றிலும் பச்சையே இல்லாமல் கரிசல் காடு வறண்டு கிடந்தது. அணை ஒன்று காய்ந்துபோய், கருப்பாய்ச் செத்துப்போன பால் மாடு மாதிரி கிடந்தது. சாமி, கடைசியாக என்னை எந்த மலைக்குப் போகச் சொன்னார்? இரண்டிக்கும் நடுவே ஒரு திசையை நோக்கி அவர் காட்டியதாக ஒரு ஞாபகம் எழுந்தது. ஆளற்ற இந்த மலை நிச்சயமாக நான் தேடும் மலையாக இருக்காது, அதன் பெயர் இடும்பன்மலை என்று ஞாபகத்திற்கு வந்தது. இடும்பனின் உறைவிடம் அது என கோவிலுக்கு வருபவர்கள் சொல்லியிருக்கிறார்கள். சாமியும் இந்த மலையைப் பார்த்தபடிதான் வேம்பை மென்றுகொண்டிருப்பார். இங்கே ஒரு கோயில் இருக்கும் என்று கேள்விப்பட்டிருக்கிறேன். தேடிப் பார்த்தபோது அங்கே கோவில் இருந்ததற்கான தடயங்களே இல்லை. உச்சியான ஒரு மொட்டைப் பாறை அது.

பசி, தாகம் எதுவுமே இல்லை. எப்படியாவது இங்கிருந்து இறங்கிப் போய்விட வேண்டும் என்கிற சிந்தனை மட்டுமே முன்னே வந்து நின்றது. பரந்து விரிந்த அந்த மொட்டைப் பாறையில் இருந்த அந்தக் குகைக்குமுன்னே, யானை படுக்கிற அளவிற்கு வட்டமான குழியொன்று இருந்தது. அதை நோக்கித் தயக்கத்துடன் போனேன். அந்தக் குழிக்குள் ஒரு சுனை கொப்புளித்தது. உலகை அளக்கும் அண்டாவின் வாயைப்போல அகன்ற அந்தக் குழியில், தேங்கிக் கிடக்கிற தண்ணீரின் நடுப்பகுதியில் குமிழ் ஒன்றின்வழியாக தண்ணீர் ஊற்றைப்போல பீய்ச்சி அடித்தது. ஒருத்துளி தண்ணீர்கூட வட்டத்தைவிட்டுத் தாண்டவில்லை. பிறக்கிற நீர் அந்த வட்டத்திற்குள்ளேயே மடிந்துபோனது. அந்தக் குழியைவிட்டு அந்தத் தண்ணீர் வெளியேறியதே இல்லை என்பதுபோலத் தோன்றியது. கைகளை பக்கத்தில் கொண்டுபோனபோது அது, கொதிக்கிற நீர் என்பது தெரிந்தது. சூடு முந்திக்கொண்டு வந்து முகத்தில் அடித்தது. அது அப்படியே உடலில் தேங்கிப்போனது.

'உள்ளே வா' என ஒரு குரல் கேட்டது. தயக்கத்தோடு கைகளை பின் இடுப்பில் ஊன்றிக் குகையைப் பார்த்தேன். "தயங்காமல் வா. உனக்காகத்தான் காத்திருக்கிறேன். சொல்வதற்கு என்னிடம் ஒரு செய்தி இருக்கிறது" என்றது அந்தக் குரல். நிச்சயமாக, இளைஞன் ஒருவனின் குரல்தான். அவன் எப்படியிருப்பான்? என்னைப்போல இருப்பானா? நிர்வாணமாக இருப்பானா? தயக்கத்தைக் களைந்து அந்த வாயை நோக்கிப் போனேன்.

குகை வாசலை நெருங்கும்போது 'நில்' என்று அந்தக் குரல் மறுபடியும் கேட்டது. எனக்கு அது முகத்தைக் காட்ட விரும்பவில்லை. எனக்கும் அப்போது எந்த முகத்தையும் பார்க்க விருப்பமும் இல்லை.

"புதைந்து கிடக்கிற ரகசியங்களுக்கு முகத்தைக் காட்டக்கூடாது" என உள்ளிருந்து சத்தம் வந்தது.

"நான் என்ன செய்யவேண்டும்?" தைரியத்தை திரட்டிக் கேட்டேன்.

"முதலில் அதை நீ உணரவேண்டும்" என்றது குரல்.

"அதற்கு நான் என்ன செய்யவேண்டும்?" என்றேன்.

"தலையைத் தாழ்த்தி, காதைக் காட்டி, முழங்காலிட்டு உட்கார்" என்றது.

அடங்கிய உணர்வோடு அவ்வாறே அமர்ந்தேன். "கீழே மழையைப் பார்த்தாயா?" என்றது. மழையில்லாமல் வறண்டு கிடக்கும் நிலங்களைப் பற்றி சொன்னேன்.

"மாடுகள் வானத்தைப் பார்த்துக் கத்தினவா" என்றார். மருத்துவர் என்னிடம் சொன்ன விஷயத்தைச் சொன்னேன். ஊரில் அடிக்கடி மாடுகள் சாவதாக வந்து என்னிடம் சொல்லியிருந்ததையும் சொன்னேன்.

"வலி என்றால் என்னவென்று தெரியுமா?" என்றது.

என் தழும்புகளைக் காட்டுவதற்குத் தேடினேன். உடலில் ஒரு பொட்டுக்கூட இல்லை. என் அடிமடியை குனிந்து ஒவ்வொரு முடியாக பிடுங்கிய இடத்தைப் பார்த்தேன். காயங்கள் இல்லை. ஆனால் முடிகள் வளராத கட்டாந்தரையாக இருந்தது. அதை கையால் தடவும்போது, அடிரோமங்கள் முளைப்பதற்கான அறிகுறிகள் தெரிந்தன. ஆழமான அமைதியில் மூச்சை இழுத்து வெளியேவிட்டேன்.

"உள்ளுக்குள் திரள ஆரம்பித்துவிட்டது வெப்பம். புதுப்பூ பூக்கிற காலம் வந்துவிட்டது. நான் சொல்வதை பிசகாமல் செய்யவேண்டும்" என்றது அந்தக் குரல். இருளிற்குள் இருந்து எப்படி மிகச்சரியாக என் அடிவயிற்றை உள்ளிருக்கும் இளைஞன் பார்த்தான்?

"ரகசியத்தைச் சொல்கிறேன். ஆனால் அதற்குரிய சாவி என்னிடம் இல்லை. கிழக்கு மூலையில் தெரியும் அந்த மலைக்குத்தான் சாவியை வாங்கப் போகவேண்டும்" என்றது.

மலையின் பெயரைச் சொன்னேன்.

"மலைகளுக்கு நாங்களா பெயர்கள் வைத்தோம்?" என்றது.

ரகசியத்தை தெரிந்துகொள்ள வேண்டுமென்கிற ஆவல் அடிவயிற்றில் இருந்து எழுந்தது. "எங்கே போக வேண்டும். என்ன செய்ய வேண்டும்?" என்றேன் அவசரமாக.

"ரகசியத்தை இன்னொரு நபரிடம் நீ சொல்ல நினைக்கிறபோது அது மறந்துபோகும். மறுபடியும் விட்ட இடத்தில் இருந்து தொடர்வாய். ஒப்பந்தம் என்பது உன் விருப்பம்" என்றது.

தயக்கத்தைக் களைந்து சரியென்பதுபோல தலையை ஆட்டினேன். அது உள்ளிருக்கும் குரலுக்கும் தெரிந்தே இருந்தது. அது மேற்கொண்டு சொல்ல ஆரம்பித்தது.

"வெப்பமும் குளிர்ச்சியும் சரிவிகிதத்தில் அமைவதே சமன்பாடு. வெப்பம் அந்த மலையில் இருக்கிறது. வெப்பத்தைத் தணிக்கிற குளிர்ச்சி, அடி நிலமொன்றில் பத்தடி ஆழத்தில் புதைந்து கிடக்கிறது. பெண் தன்மையுடையது அது என எனக்குச் சொல்லப்பட்டிருக்கிறது. அதை மேலே கொண்டுவருவதற்கான கரங்களுக்காகத்தான் காலம் காத்துக் கிடந்தது" என்றது அந்தக் குரல்.

"சிலையா அது?" என்றேன்.

"உடமைப்பட்டவனைப் பொறுத்து வெளிச்சத்தில்தான் அது உருக்கொள்ளும்" என்றது அந்தக் குரல்.

"அதை எதற்கு எடுக்க வேண்டும்?" என்றேன்.

"பூ பூக்க" என்றது அந்தக் குரல்.

"யாரிடம் அதைக் கொடுக்கவேண்டும்?" என்றேன்.

"எடுப்பது உன் வேலை. செல்வது அதன் வேலை" என்றது.

"இடத்தைச் சொல்லிவிட்டால் போய் எடுத்து வந்துவிடுவேன். எதற்காக அந்த மலைக்குப் போக வேண்டும்?" என்றேன்.

"ஒரு காதை, ஒரு சொல்தான் போய் அடையும். தேர்ந்தெடுக்கப்பட்ட காது நீ" என்றது.

பின்னர் அதுவே தொடர்ந்தது. "சொற்களை ரசவாதம் செய்தவனின் சொல் அது. நெய்யிட்டு உருக்குகிறவனின் வலிமையான மந்திரச் சொல் அது. ஆனால் அதைக் கேட்பதற்கு நீ அனுமதி வாங்க வேண்டும். அனுமதி கொடுக்கிற அதிகாரம் என்னிடம் இல்லை" என்றது.

"யாரிடம் அனுமதி கேட்க வேண்டும்?" என்றேன்.

"ஏற்கனவே சொன்னேனே... பெயர்கள் எல்லாம் நீங்கள் வைத்துக் கொண்டது" என்றது.

"அவர் யார்?" என்றேன்.

"அவர்தான் மூலம்" என்றது.

"மூலம் என்றால் என்ன?" என்றேன்.

"அவரே உருக்குகிறவர்" என்றது.

"எதை உருக்குகிறவர்?" என்றேன்.

"நீ தேடுவதை" என்றது அந்தக் குரல்.

நாங்கள் இருவரும் அமைதியாக இருந்தோம்.

"இந்த ரகசியத்தை நேராகவே அவரே என்னிடம் சொல்லியிருக்கலாமே. எதற்காக நான் இங்கு வர வேண்டும்?" என்றேன்.

"மலையை முத்தமிட்டுத் திரும்புகிறவன் நீயல்ல. உனைச் சுமந்தவன். வந்தவன் இங்கே வரவேண்டும் என்பது அழைத்தவனின் விருப்பம். வந்ததன் விருப்பமும்" என்று சொல்லிவிட்டு,

"நிர்வாணத்தை உணரும்போது உடைகளை அணிந்துகொண்டு கீழே இறங்கு" என்றது அந்தக் குரல்.

"என்னிடம் உடைகள் இல்லை" என்றேன்.

"அதையும் அவரே கொடுப்பார்" என, அந்தக் குரல் சொல்லி முடித்த பிறகு, அவர் கொடுப்பார் என நம்பிய கணம், என்மீது அந்தக் கருப்பு வேட்டி வந்து விழுந்தது. அதைக் கட்டிக்கொண்டு குகையைப் பார்த்து வணங்கிவிட்டு கீழே இறங்கத் திரும்பியபோது, அது என்னிடம் கேட்டது: "நீ எதுவாக இருக்கிறாய்?"

"எதுவாகச் சிந்திக்கிறேனோ அதுவாக இருக்கிறேன்" என்றேன் நான்.

“எதுவாக இருப்பாயோ, அதுவாகவே இருப்பாய்” என்று ஆசிர்வாதம் தரும் தொனியில் சொன்னது அக்குரல். வேறு ஏதாவது சொல்லும் என்று நின்று பார்த்தேன். அமைதியாக இருந்தது அந்த இடம். குகையைப் போய்த் தயக்கத்துடன் இன்னொரு தடவை எட்டிப் பார்த்தேன். உள்ளே வெளிச்சமாக இருந்தது. அங்கே கல் திண்டு ஒன்று கிடந்தது. உள்ளே யாரும் இல்லை. திரும்பிப் பார்த்தேன். யாரோ மலையிலிருந்து இறங்குவது தெரிந்தது. ஆடு மேய்ப்பவர்களாக இருக்கும் என சுற்றிலும் பார்த்தேன். ஆடுகள் எதுவும் தெரியவில்லை.

இறங்குகிற அந்த மனிதனின் பின்னாலேயே பாதுகாப்பாக இறங்கி விடலாம் என நினைத்து, அந்தப் பக்கத்தை நோக்கி ஓடினேன். சரிவுப் புதர்க்காடு கீழே விரிந்துகிடந்தது. ஒரு உருவம் எனக்கு முன்னால் இறங்கிப்போவதுபோல தெரிந்தது. அதைப் பின்தொடர்ந்து இறங்க ஆரம்பித்தேன். இடையில், சில தடவைகள் குரல் கொடுத்தேன். அந்தப் பக்கத்திலிருந்து இறங்கும்போது சருகுகள் மிதிபடுகிற சத்தம்தான் கேட்டது. அடிவாரத்தை நெருங்கும்போது அந்த மிதிபடுகிற சத்தம் நின்றது. நானும் நின்றேன். அந்தச் சருகுச்சத்தம் மறுபடியும் மலை உச்சிக்குப்போகிற ஒத்தையடிப்பாதையில் கேட்டது. பாம்பொன்று மேலேயிருந்து இறங்கி, மறுபடியும் மேலே ஏறியதைப்போல வளைவுகள் கொண்ட உருவமில்லாத வெறும் சத்தம் அது.

தரை நிலத்திற்கு வந்தபிறகு சாலையை நோக்கி நடந்தேன். ஒருத்தர் மீது ஒருத்தர் மோதுகிற கடும் கூட்டமிருந்தது. பசியென்கிற உணர்வு புறப்பட்டது. அன்னதானத்தில் சாப்பிடலாம் என கணக்குப் போட்டேன். இந்தக் கூட்டத்தோடு கூட்டமாகச் சேர்ந்து மலைமேல் ஏறிவிடலாம் என்று தோன்றியது. ஆனால் மேலேபோய் யாரிடம், எப்படிக் கேட்பது என்பது புரியவில்லை. பேசாமல் ஊருக்குத் திரும்பிவிடலாம் என்றும் தோன்றியது. முற்றிலும் குணமாகாமல் யாரைத் தேடி ஊருக்குப் போக? எல்லோருடைய முகங்களையும் சிந்தனையில் இழுத்துவந்து பார்த்தேன். ஒரு முகம்கூட கவனத்தில் படியவில்லை. உடல் காயங்கள் எல்லாம் ஆறியிருந்தன. கீர்த்தனாவின் முகத்தைக் குறிப்பாக நினைவில் கொண்டு வர முயன்று தோற்றுப்போனேன்.

சாமி சொன்னதை மட்டும் கடைசியாகச் செய்துவிடலாம் என்கிற வைராக்கியம் வந்தது. எதிரே வெற்றுடலுடன் வியர்வையில் குளித்து நடைபோடும் மனிதர்களைப் பார்த்தேன்.. என் உடலில் ஒரு பொட்டு வியர்வை இல்லை. தோள்பட்டையைத் தூக்கி முகர்ந்து பார்த்தேன். அதில் சந்தனவாடை இருந்தது. எனக்கு எதிரே மலைக்குப்போகிற பாதை தெரிந்தது. சாமியோடு இருந்த நொண்டி நாய், அந்தப் பாதையில் போவது தெரிந்தது. விரட்டி ஓடிப்போய் பார்த்தேன். அங்கே நாய்களே இல்லை. “அவனோட எல்லைக்குள்ள கால வச்சிட்டா. மிச்சத்த அவன் பாத்துக்குவான்” என்று சொல்லியபடி, ஒருத்தர் கடந்துபோனார்.

அத்தியாயம் 17

அந்த எல்லையில் கால்பதித்த சிலநொடிகளில் எனக்குள் அந்த ரசாயன மாற்றம் உருள்வதை உற்றுப்பார்க்க முடிந்தது. காலிலிருந்து மெல்ல வெப்பம் மேலேறியது. தலையிலிருந்து குளிர்ச்சி கீழிறங்கியது. இரண்டும் படிப்படியாக ஒன்றுக்கொன்று முரண்பட்ட திசையில் முயங்கின. பாதத்திலிருந்து மேலேறிய வெப்பம் தொடைக்கருகில் வந்தவுடன் நின்று விட்டது. மேலிருந்து கீழிறங்கிய குளிர்ச்சி தொப்புளுக்கருகில் முடிந்தது. இடையில் இருக்கிற அடிவயிற்றுப்பகுதி மட்டும் எப்போதைக் காட்டிலும் அதிகக் குளிர்ச்சியாக இருந்தது. மற்ற இடங்களில் வியர்வை பிசுபிசுக்க ஆரம்பித்தது. யாருக்கும் தெரியாமல் வேட்டிக்குள் கைவிட்டுப் பார்த்தேன். கைவைக்க இயலாதளவில் குளிர்ச்சியாக இருந்தது. வியர்வையை தொட்டுத் தடவும்போது மேலும் குளிர்ச்சியானது. விடாமல் வியர்வையைத் துடைத்து அந்த இடத்தில் தடவினேன். குளிர்ச்சி அங்கே மட்டும் அதிகரித்தபடியே இருந்தது. தொடாதபோது குளிரிறங்கி, கதகதப்பாக இருந்தது.

சம்போகம் இல்லாத நேரங்களில், அந்த இடத்தில் கீர்த்தனாவோடு இருக்கும்போது மட்டும் ஒரு கதகதப்பை உணர்ந்திருக்கிறேன். அது அந்த மாதிரியான கதகதப்பு. உடலெங்கும் மதமதப்பு எனக்குள் பொங்கியது. வெற்றுடலில் யாரோ வருடுவதைப்போல மார்புக்காம்பைச் சுற்றி கூசியது. கைகளால் அதைத் தொடும்போது வெப்பம் அடங்கியது. பத்து நிமிடங்கள் இந்த அனுபவம் நீடித்தது. முழுமையான போக அனுபவம் வாய்க்கவில்லை. உடலெங்கும் பொங்கிப் பெருகிற வெப்பம், அப்படியே அடிவயிற்றிற்குக் கொண்டுபோய் முழுமையை இல்லாமல் செய்தது. அந்த பத்து நிமிடத்தில் குறைந்தது இருபது முறையாவது இந்த அனுபவத்தை அடைந்தேன். வெயில் தகிக்கிற

நடுச்சாலையில் நின்ற இடத்தில் இருந்து அகலவேயில்லை. முற்றிலும் அந்தக் கதகதப்பு அடங்கியது.

எல்லோரும் பார்க்கிறார்கள் என்பது உறைத்ததும் அங்கிருந்து நகர்ந்துவந்து ஒரு மர நிழலில் அமர்ந்தேன். தூரத்தில் கேரளாவைச் சேர்ந்த பெண்ணொருத்தி தோன்றினாள். பட்டுப் புடவையை மார்பைச்சுற்றி போர்த்தியிருந்தாள். அவளையே சலனமில்லாமல் பார்த்துக் கொண்டிருந்தேன். அவளை கூர்நோக்கி அனுபவிக்கத் தோன்றவில்லை. அவளது மார்புகளை முதல் தடவை பார்த்தபிறகு நிமிர்ந்து பார்க்கவில்லை. ஏதோ யோசனையில் கண்களை மூடினேன். தலையை வேம்பின்மீது சாய்த்து வாகாய் அமர்ந்தேன். அந்தப் பெண் என்னைக் கடந்துபோனபோது ஒரு சம்போகத்தின் உச்சியில் முடிந்து விடுவதற்குமுன்பு கிடைக்கும் கதகதப்பு எழுந்தது. அவள் என்னைக் கடந்ததும் நின்றுவிட்டது. தற்செயலானதாக இருக்கலாம் என்று மீண்டும் கண்ணை மூடினேன். மறுபடியும் கதகதப்பு. விந்து வெளியே வரட்டும் என முக்கும்போது நினைவு வந்து விழித்துப் பார்த்தால், இன்னொரு பெண் கடந்து போய்க்கொண்டிருந்தாள். விந்து துப்பவில்லை வெளியே. நான்கு தடவை அந்தமாதிரி கண்ணைத் திறந்துகொண்டு அவர்கள் கடந்து போகும்வரை வேடிக்கை பார்த்தேன். ஒன்றும் தோன்றவில்லை.

நிச்சயமாக தற்செயலான நிகழ்வுதான் அது என்று தோன்றியது. மீண்டும் கண்களைமூடி படுத்தேன். மறுபடியும் அந்தக் கதகதப்பு வந்தது. என்னைத் தாண்டி நடந்துபோன ஒரு கொலுசுச்சத்தம் கேட்டது. கண்களைத் திறந்து பார்த்தபோது, தாவணி கட்டிய இளம்பெண் என்னைக் கடந்துபோனாள். எனக்குப் புரிந்துவிட்டது. அந்தக் கதகதப்பை அந்தரத்தில் விட்டுவிட மனமில்லை. அந்த இடத்தைவிட்டு நகரத் தோன்றவில்லை. வேறுபக்கம் போனால், அந்த அனுபவம் துண்டித்துக்கூடப் போய்விடலாம் என்று நிச்சயமாகத் தோன்றியது. அந்த இடத்திலேயே மரத்தில் தலையைச் சாய்த்து படுத்துவிட்டேன். முழுநாள் அதே இடத்தில் அமர்ந்திருந்த போதுகூட பசியெடுக்கவில்லை.

கதகதப்பு வரும்போதெல்லாம் கீர்த்தனாவின் நினைவு வந்தடங்கும். முகத்தை மட்டும் எப்போதும்போல துலக்கமாக நினைவிற்குக் கொண்டு வர முடியவில்லை. பெண்ணொருத்தி என்னைக் கடந்துபோகாமல் எனக்கு எதிரே நிற்கையில், கீர்த்தனாவின் முழு உருவத்தை என்னால் கற்பனையில் எழுப்பிப் பார்க்க முடிந்தது. அந்தப் பெண், என்னைக் கடந்துபோனதும் கற்பனையில் இருந்த சித்திரம் சுக்குநூறாக உடைந்து சிதறியது. இந்தப் பரிதவிப்பை, 'கீர்த்தனா', 'கீர்த்தனா' என அரற்றிக் கொண்டே உள்ளூர விரும்பினேன். அந்த இடத்திலேயே மூன்று

நாட்கள் அமர்ந்திருந்தேன். கண்களைத் திறக்கவே இல்லை. கதகதப்பும் வெறுமையுமாய் அந்த மூன்று நாட்கள் கடந்தன.

கண்ணைத் திறந்தால் கதகதப்பு போய்விடும் என்கிற குருட்டு நம்பிக்கையில் அப்படியே படுத்துக் கிடந்தேன். கதகதப்பு தொடர்ந்தாற் போல ஒரு மணி நேரத்திற்கு வராமல் இருந்தால் இருட்டிவிட்டது என்று அர்த்தம். ஆட்கள் நடமாட்டம் இருக்கும் சத்தமும் கேட்காது. ஆனாலும் யாராவது ஒருத்தர் கடந்துபோகக்கூடுமென கண்ணைமூடிக் காத்திருப்பேன். நெஞ்சில் ஒரு உதை விழுந்தபோது விழித்துப் பார்த்தேன். அவர்கள் நிற்பது தெரிய, இரண்டு மூன்று நிமிடங்கள் பிடித்தன. அதற்குள் இன்னும் சில உதைகள் விழுந்தன. ஓடிவந்து என்னைப் பிடித்தார் அவர். எனக்கு அவரை நன்றாகத் தெரிந்திருந்தது. வந்து நின்ற அன்று எனக்கு இடதுபுறம் அமர்ந்து பிச்சையெடுத்தவரல்லவா இது?

“நல்லா இருப்பீங்க. என் சொந்தக்காரப் பயதான். கொஞ்சம் கிறுக்குப் பிடிச்சிருச்சு” என்றார், வந்தவர்களிடம். “அப்ப உங்கூட கூட்டி வச்சுக்கோ. புதுசா எதுக்கு எடத்தப் பிடிக்கிறான். மடத்தப் போட்டு இங்கயே உக்காந்துக்குவான். முட்டாக்கூதிக, இந்தப் பயலையும் சாமின்னு சொல்லி தனிக்கடை போட்டுருவாங்க, வருமானம் பிரிஞ்சுரும் இல்லையா!” என்றார்கள், பொறுமையாக. “பூசம் முடிஞ்சதும் அனுப்பி வச்சுடறேன். முருகன்மேல சத்தியம்.” என்றதும், வந்தவர்கள் விலகிப் போனார்கள். என்னை அவர் இருந்த இடத்திற்கு அழைத்துப்போய் அமரவைத்துவிட்டு, “இங்கருந்து போற யோசனைய விட்டுரு. உனக்கு நாந்தான் பாதுகாப்பு. இதுக்காகத்தான் இந்த இடத்தில பத்துநாளா உக்காந்துக்கிட்டு இருக்கேன். உன்ன மேல அழைச்சிட்டுப்போய் விட்டுட்டு என் கூட்டுக்குத் திரும்பிடுவேன்” என்றார், என் கண்களை தீர்க்கமாகப் பார்த்து.

அமைதியாக அவரையே உற்றுநோக்கியபோது, “ஆக்கப் பொறுத்தவன் ஆறப் பொறுக்கத்தான் செய்யணும். உனக்குள்ள இருக்கிற கதகதப்பு என்ன விட்டுட்டுப் போனேன்னா எப்பவும் வராது. என்னோட எல்லையில இருக்கற வரைக்கும்தான் உனக்குப் பாதுகாப்பு. கதகதப்பு நிரந்தரமா வேணும்னா எண்ணத்தை என்மேல பதிச்சிரு” என்றார். விழிகளை விரித்து அவரைப் பார்த்தேன். “கூடடைகிற நேரம் வரும் போதுதான் கூடடைய முடியும்” என்றார். சரியென்று அவரை நோக்கித் தலையசைத்து, நெஞ்சில் வாங்கிய வலியைத் தடவினேன். “படைச்சவன் அருளிருந்தா மட்டும்தான் இழுத்துவச்சு ஒண்ணுலயே மூச்சையடக்க முடியும். அதிலருந்து விடுபடவும் முடியும். அவனோட அருள் இல்லாம செஞ்சா மனுசங்க வெடிச்சிருவாங்க” என்றார்.

எங்களைத் தாண்டி மனிதர்கள் போவதை வேடிக்கை பார்க்கத் துவங்கினேன். கண்களைமூடி கதகதப்பை அனுபவிக்கத் தோன்றவில்லை.

தூரத்தில் வருகிற ஒரு பெண்ணை, வைத்த கண் வாங்காமல் பார்த்த போது அவர், "உழைக்காமல் கூலி கிடைக்காது" என்றார். "எங்கேயாவது வேலைக்குப் போகவா?" என அவரிடம் கேட்டேன். "இல்லை உனக்கொரு கடைசிக் கடமை இருக்கிறது. அதை தீர்த்துவிட்டுப் போய் விடு" என்றார். "என்ன செய்யவேண்டும்?" என்றபோது, "புதுக் கோடித்துணி ஒண்ணு எடுக்கணும் நீ. பூசத்துக்கு மறுநாள் மேல கூப்ட்டு போயிடறேன்" என்றார்.

எனக்குப் புரியவில்லை என்றேன்.

"எனக்கு புதுத்துணி எடுத்துத் தா. அதைப் போட்டுக்கொண்டு மலை மேல் உன்னோடு வருவேன்" என்றார்.

"ஒரு போன் மட்டும் வாங்கித்தாங்க. அரை மணி நேரத்தில வாங்கிட்டு வந்து தரச் சொல்றேன்" என்றேன்.

"அரை மணி நேரத்தில பாவத்த கடந்திடலாமா" என்றார். அவர் என்ன சொன்னாலும் செய்துவிடுவது என்கிற முடிவிற்கு வந்தேன். "என் எல்லைய விட்டு வெளியே போகாம பிச்சையெடுத்து புதுக் கோடித்துணி எடு" என்றார். வடக்குப் பக்கமாய் நகர்ந்து சுவற்றில் சாய்ந்தபோது அவர் என்னையே பார்த்துக் கொண்டிருந்தார். என்னருகில் ஒரு ஆள் வரும் போது யாசகம் கேட்டு, தலைக்குமேல் கையை உயர்த்தினேன். எழுந்து வந்து என்முன்னால் ஒரு திருவோட்டை வைத்தார். என் திருவோட்டில் சில்லறைகள் விழவே இல்லை.

பொலிவுடைய முகம் கொண்டு கையேந்துவதை யாரும் ரசிக்கவில்லை. திருவோட்டில் ஒருத்தர் துப்பிய எச்சில் காற்றுதான் முதலில் வந்து விழுந்தது. சோர்ந்துபோகவில்லை நான். எழுந்து அங்கு நடந்து வருகிறவர்களிடம் பிச்சை கேட்டேன். ஒருத்தர் ஐந்து ரூபாய்த் தாளொன்றை என் திருவோட்டில் போட்டார். இதைவைத்து அவருக்கு துண்டுகூட வாங்க முடியாது. நகர்ந்து வேறு ஒரு இடத்திற்குப் போனேன், அடித்துத் துரத்திவிட்டார்கள். அவர் பார்வை படுகிற சுற்றளவிற்குள் ஆட்களைத் தேடித்தேடி கையேந்தினேன். பெண்கள் சிலர் என்னருகே வந்தார்கள். அவர்கள் பெண்கள் என்கிற உணர்வே எனக்கு வரவில்லை.

கையேந்துகிறவனுக்கு பிச்சை போடுகிறவர்கள் அவர்கள். சோறு போடுகிற இடத்தில் தவறியும் கைபட்டு விடலாகாது. சோறு போட்டும் கை வைக்கக்கூடாது என ஆச்சி சொன்னது, அழுத்தமாய் நெஞ்சில் பதிந்திருந்தது. கர்வத்தை அடக்கி தலைதாழ்த்தி கையேந்தினேன். இரண்டு மணிநேரம் வெயிலில் பிச்சையெடுத்து முடித்தபோது கடுமையாகப் பசித்தது. கடைசியாக எப்போது பசித்தது என்பது நினைவிற்கு வரவில்லை. அவரிடம் போய்க் கேட்கலாமா என யோசித்தேன். தட்டில் இருக்கிற பணத்தை எண்ணிப் பார்த்தேன்.

இருபத்தைந்து ரூபாய் சேர்ந்திருந்தது. அந்தப் பணத்தை எடுக்க மனம் வரவில்லை. மேலும் சேர்க்கலாம் என வெறிவந்தது. பசியைத் தூக்கி காலில் போட்டுவிட்டு எண்ணத்தை பிச்சையெடுப்பதில் செலுத்தினேன். ஐந்தைந்து ரூபாயாகச் சேர்ந்தது திருவோட்டில்.

அன்னதானம் போடுகிற இடத்திற்குப் போகலாம் என்றால் அது அவரது பார்வை எல்லைக்கு வெளியே இருந்தது. என்னோடு இருந்த ஒரே மீட்பர் அவர்தான். நேரமாவதை உணர்கையில் என் வைராக்கியம் குறைந்தபடியே வந்தது. நடந்துவந்த அம்மாள் ஒருத்தரிடம் நெருங்கிப் போய், உரிமையான தோரணையில் காசு கேட்டேன். "தின்னு கெடுக்கற உடம்ப வச்சுக்கிட்டு உழச்சுப் பொழைக்க முடியலயா?" என்றார். அவமானமாக இருந்தது. எனக்குத் தேவை சொற்ப பணம். என் கடமையை முடித்துவிட்டால் கூடடைந்துவிடுவேன். அவரது பார்வை படுகிற எல்லைக்கு வெளியே ஒரு சுவர் இருந்தது. அந்தச் சுவரையொட்டி பெண்ணொருத்தி நடந்துபோனாள். அவள், அந்தச் சுவரைக் கடந்து வலது புறம் திரும்பிவிட்டால் பார்வையிலிருந்து விலகிவிடுவாள். வலதுபுறம் திரும்புவதற்குச் சற்றுதுரத்தில் நடந்துகொண்டிருந்த பெண்ணை நோக்கி ஓடினேன். இன்னும் சில நிமிடங்களில் அவள் அந்த இடத்தைக் கடந்து மறைந்து போய்விடுவாள். ஓடிப்போய் அவளுக்குமுன்னே இரண்டு அடி தூரத்தில் விழுந்தேன். திடுக்கிட்டு திரும்பிப் பார்த்தாள். கையில் ஒரு பை வைத்திருந்தாள்.

அவளது முழு உடலையும் காலில் இருந்து தலைவரை பார்த்தேன். அப்படியே கீர்த்தனாவின் உடலமைப்பு அவளுக்கு. தவ்வினால் தொட்டுவிடும் தூரத்தில இருந்து, "தப்பா நெனைச்சுக்காதீங்க. உங்கள மாதிரி ஒருத்தி எனக்காக காத்துக்கிட்டு இருக்கா. கொஞ்சம் காசு இருந்தா கொடுங்க. ஊருக்குப் போகணும்" எனச் சத்தம் கொடுத்தேன். தலையைக் குனிந்து கரிசனத்தோடு பார்த்தாள். கையிலிருந்த அந்தப் பையை, இரண்டடி தள்ளியிருந்த என் திருவோட்டில் போட்டாள். அதை மார்போடு அள்ளியெடுத்துப் போய் அவர் முன்னால் அமர்ந்தேன்.

பையை பிரித்துப் பார்த்தேன். இரண்டு தயிர் சாதப் பொட்டலங்களும் ஆயிரத்துத் தொள்ளாயிரத்து இருபது ரூபாயும் இருந்தது. அதை அப்படியே கையில் கொடுத்தபோது, "உழைச்ச காசு. பிச்சக்காரப்பயலுக்கு எதுக்கு அவ்வளவு காசு. வேணும்ங்கறப்ப வாங்கிக்கிறேன். காசு எடுத்துக்கிட்டு அவரு சொல்லும்போது கிளம்பு. அவர் காட்டுற இடத்தில உன் கைக்காசப் போட்டு நாலு விதையப் போடு. மிச்சத்த அவரு பாத்துக்குவாரு" என்றார். பூசத்திற்கு மறுநாள் எப்போது விடியும்?

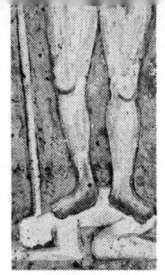

அத்தியாயம் 18

சாந்தமாக இருந்த பொழுதொன்றில் அவரிடம், "ஏன் பூசம் கழிஞ்சு போகணும். அதில ஏதாவது கணக்கு இருக்கிறதா?" என்றேன். "எல்லாத்துக்கும் இங்க கணக்கிருக்குது. என்ன கணக்குன்னு அந்த நேரத்திலதான் எனக்கே தோணும்" என்றார். அதன்பிறகு அவரிடம் அதுகுறித்து கேட்கவே இல்லை. அவரோடு இருக்கையில் எங்கேயாவது போய் சாப்பாடு வாங்கிக் கொண்டுவந்து தருவார். சுடச்சுட சாம்பார் சாதத்தை வாங்கிக்கொண்டு, வெயிலும் கை சாதச்சூடும் பொறுக்க முடியாமல் ஓடிவருவார். அவர் வரும்வரை அந்த இடத்தைவிட்டு ஒரு அங்குலம்கூட நகரமாட்டேன் "என்ன கெரகமோ தெரியல. சாமி ஒண்ணு நாயக் கூட்டிக்கிட்டு ஊர ஒட்டி வேலியோரமா அடிவயித்தப் பிடிச்சுக்கிட்டே வலிக்குதுன்னு கத்திக்கிட்டுச் சுத்துதுன்னு சொல்றாங்க" என்றார், எனக்குப் பிச்சை போடவந்த ஒருத்தர். எந்தச் சாமி எனக் கேட்ட போது, பதில் சொல்லாமல் நகர்ந்தார். இப்படித்தான், எங்களுடைய சாமி மாதிரி ஆகவேண்டும் என்று நினைத்து பலபேர் நாயை அழைத்துக் கொண்டு ஊரெல்லாம் சுற்றுகிறார்கள்.

சாமிமாதிரியே தலைப்பாக்கட்டு கட்டுகிறவர்கள் ஊருக்குள் பெருகி விட்டதாக வந்து சொன்னார்கள். என்ன நினைத்தாரோ சாமி! ஒருநாள் தலையில் கட்டியிருந்த பச்சைத்துண்டை கழற்றி தூரப்போட்டார். அதற்கடுத்து, அவர் பச்சைத் துண்டை தலையில் கட்டவே இல்லை. அவர் எச்சிலைத் துப்பிக்கொண்டேதான் அலைவார். ஆனால் அவரை நோக்கி வருகிற ஒரு சுடுசொல்லைக்கூட சாமி தாங்கமாட்டார் என்றார்கள். அவர் மாதிரி ஆகுமா? சாமியைப் போல வேடம்தரித்தவர் யாராவது நடந்துபோயிருப்பார்கள் என்று நினைத்தேன். தூரத்தில் ஏதோ சாதத்தை கையில் வாங்கிக்கொண்டு

சத்தத்தோடு பாதி வெயிலும் பாதி நிழலும்கொண்ட கோட்டை மிதித்துக்கொண்டு அவர் ஓடிவரும்போது நினைத்தேன். ஒருவேளை, வேலியோரம் நடக்கிற சாமியின் கைப்பிடியில் இருக்கும் நாய் என்று என்னைத்தான் சொன்னாரோ?

"இப்பத்தான சாப்பிட்டேன்" என்றேன். "நல்லா சாப்பிடு தெம்பா அரும்பெடுக்கிற நேரம் கூடிவந்திருச்சு" என்றார். மகிழ்ச்சியாக சுடு சோற்றில் கை வைக்கையில், "நாம ஒரு கணக்கு போடறோம். சரியான கணக்காகூட அது இல்லாமப் போகலாம். படைச்சவன் போடறது தனிக் கணக்கு" என்றார். எடுத்த பருக்கையை மறுபடியும் இலையில் போட்டேன். "கொண்டுபோய் இன்னொரு கைல கடத்தறவனுக்கு கருணை இருக்கக்கூடாது. இருந்தாலும் சொல்றேன். அறியாத பாவத்தை சுமக்கிறவனுக்கு கருணை காட்டலாம் தப்பில்லை. பெருங்காத்து அடிச்சிக்கிட்டு போறப்ப பிடிச்ச கிளைய விட்டுறக்கூடாது. சொல்தான் செயல்" என்றார். அன்றிரவு எனக்காக வேண்டிக்கொள்கிறார் என்பது போலத் தோன்றியது. வழக்கத்தைமீறி, கொடிமரம் இருக்கும் பக்கமாக நின்று போய்க் கும்பிட்டார். தூரத்தில் நின்று வானத்தைப் பார்த்துக் கும்பிட்டார். படுக்கையை விரித்த அவர், சுவற்றில் சாய்ந்திருந்த என்னிடம், "அந்தா... கிழக்கில ஒரு வெள்ளி மட்டும் தனியா மினுக்கிக்கிட்டுத் தெரியுது பாரு, அதை மட்டும் பாரு. அது வழிகாட்டும்!" என்றார்.

அவர் படுத்தபிறகு, அந்த வெள்ளியையே பார்த்துக் கொண்டிருந்தேன். மற்றதைக் காட்டிலும் சற்றே அளவில் பெரியதாக இருந்தது. மற்ற வெள்ளிகளைவிட ஆரம்பத்தில் இதுமட்டும் ஒளி பொருந்தியதாக இருந்தது. அதைச்சுற்றி சின்னதாய் ஒரு வெளிச்சவட்டம் இருந்தது. வேறுபக்கம் நான் தலையைத் திருப்பவில்லை. அடையாளம் மறந்து போனால், மீண்டும் கண்டடைவது இயலாத காரியம். நேரம் மெதுவாக நகர்ந்தது. மக்கள் வாகனங்களில் சத்தம் எழுப்பிக் கலைந்துபோனார்கள். என்னைக் கடந்துபோனவர்கள் யாரையும் நான் அறிய முனையவில்லை. இரவு அடங்கத் துவங்கியது. முருகனுக்கு கணக்குச் சொல்கிற நேரமும் முடிந்து மணி அடித்தது.

உஞ்ச மரத்தில் மழைப்பூச்சி இரைகிற சத்தம் கேட்க ஆரம்பித்தது. எனக்குப் பக்கத்தில் படுத்திருந்தவரின் மூட்டைக்குள் அந்த மொத்தச் சத்தமும் கிளம்பிப்போய் ஒளிந்தது. தட்டான் இணையொன்று வெள்ளை வெளிச்சத்தில் பறந்துபோனது. என் கண்ணிற்கு முன்னால் இருந்த நட்சத்திரம் மெல்ல மங்கலாகிக்கொண்டு இருந்தது. திடீரென அது அணைந்து அணைந்து மிளிர்ந்தது. கடைசியாய், முழுதும் மக்கிப்போய் ஒளியை இழக்கத் துடிப்பதுபோலத் தோன்றியது. கொடும் வெறுமை ஒரு புகைபோல் என் நெஞ்சில் பரவியது. "எழுந்து நட

போகலாம்" என்கிற சத்தம் கேட்டதும் எழுந்து பார்த்தேன். அவர் என்னை பின்னால் வரச் சொல்லிவிட்டு நடந்தார்.

அவருக்கு இணையாக ஓடினேன். "பின்னால் நடந்து வா" என்றார். "புதுக் கோடித்துணி கேட்டீர்களே" என்றேன். "அதை யாரிடம் கொடுப்பது என்பதை மேலே இருப்பவர் சொல்வார்" என்றார். பின்னர் அவரே, "முளைச்ச வெள்ளி மக்கிப்போறதுக்குள்ள மேல உன்ன விடணும்" என்றார். எல்லாவற்றிற்கும் ஒரு கணக்கு இருக்கிறது. அவரைத் தொடர்ந்து முன்னேறினேன். அவர் ஒவ்வொரு படியாக தாவித்தாவி ஏறினார். மூன்று மூன்று படிகளாகத் தாண்ட ஆரம்பித்தார். என்னால் ஒரு படியையே தாண்ட முடியவில்லை. எனக்கு பல படிகளுக்கு முன்னால் ஓடுவதை நிறுத்தி, "முட்டிமோதுற கடைசி பரமபத ஏணி. சோர்ந்து போகாம ஏறி ஓடி வா!" என்றார். இதைச் சொல்லும்போது என்னை அவர் திரும்பிக்கூடப் பார்க்கவில்லை. அவரை விரட்டிக்கொண்டு படிகளில் தாவி ஏறி ஓடினேன். சில நிமிடங்களில் அவரை முந்திக்கொண்டு ஓடிய போது அவர் வேண்டுமென்றே பின்னாலிருந்து வேகத்தைக் குறைத்தார். என் ஒவ்வொரு தாவலும் உச்சிப்படி உயரத்திற்கு இருந்தது. அவர் பின்தங்க ஆரம்பித்தார். அவர் ஏறுகிற சத்தம் குறைந்தபடியே வந்தது. கோவிலை அடைய இன்னும் ஐம்பது படிகள் மட்டுமே மிச்சமிருக்கிற நிலையில், திரும்பி அவரைப் பார்க்க முயற்சித்தபோது எனக்குக் கீழே இருளிலிருந்து சத்தம் வந்தது.

"என்னோட எல்லை முடிஞ்சிருச்சு. மேல போ. அவன் போடற கணக்கு என்னண்ணு போயிப் பாரு. என் மகன் இருந்திருந்தா இப்ப உன்னமாதிரிதான் இருப்பான்" என்று அவர் சொன்னது, சத்தமாக என் காதுகளில் விழுந்தது.

முதன்முறையாக மலைமேல் ஏறினேன். சுற்றிலும் ஜனக்கூட்டத்தை எதிர்பார்த்தேன். எப்படியும் பாதயாத்திரையாக வந்தவர்கள் மேலே தங்கியிருப்பார்கள் என எதிர்பார்த்தேன். கோவில் வளாகம் அமைதியாக இருந்தது. எல்லா விளக்குகளும் அணைந்திருந்தன. இரண்டு இடங்களி லிருந்து மட்டும் மஞ்சள்ஒளி சுடர்விட்டு ஆடிக்கொண்டிருந்தது. விளக்கை ஆட்டுகிற அளவிற்கு மெல்லிய காற்று கிழக்கிலிருந்து வீசியது. காற்றிலாடிய சுடரொளி கோயிலை அலையலையாய் ஆட்டியது. எங்கே போவது? எனத் திகைத்து நின்றேன். வலதுபுறம் திரும்பி பக்கவாட்டில் தெரிந்த ஒளியை நோக்கி நகர்ந்துபோனேன். மஞ் சள்நிறக் கலசங்கள் தெரிந்தன. இதுதான் முருகன் இருக்கிற இடமென யூகித்தேன். அந்த இடத்தை நோக்கி நடக்க ஆரம்பித்தேன். இருள் கண்ணிற்குப் பழகி விட்டது. முருகனின் கருவறை இருக்கிற இடம் தெரிந்தது. கருவறை திறந்தேகிடந்தது. விளக்கொளியில் தூரத்தில்

அவர் நின்றிருக்கும் இடத்தில் கரும் இருட்டு மட்டுமே தெரிந்தது. ஒரு முரட்டுயானை நின்று கொண்டிருப்பதுபோலத் தோன்றியது.

நெய்வாசம் கோவில் எங்கும் பரவியது. முருகனின் வாசலை நோக்கி அடியெடுத்து வைக்கையில், “கணக்குக் கேட்டபிறகு தூங்க வைத்திருக்கிறேன் அவனை. இங்கே வா” என ஒரு சத்தம் கேட்டது.

”முருகனிடம்தான் நான் கணக்குத் தீர்க்க வந்திருக்கிறேன்” என்றேன்.

“அவன் சாட்சிதான். கணக்குத் தீர்க்கவேண்டிய இடம் இதுவல்ல. அந்த ரகசியத்தை உனக்குச் சொல்வேன். அதனால்தான் அவன் தூங்குகிற நேரத்தில் உன்னை வரச் சொன்னேன். பிறரிடம் அதை நீ சொல்ல நினைக்கும்போது அது மறந்துபோகும்” என்றது அந்த முதிய குரல்.

“எல்லாம் அறிந்தவன் எப்படி துயில் கொள்வான்?” என்றேன்.

“எல்லாவற்றையும் அறிந்தும் தெரிந்தும் அடைகிற துயிலிது. அவனைப் படைத்தவன் சொல்கிறேன். இங்கே வா” என்றது அந்த முதிய குரல்.

“நீங்கள் யார்?” என்றேன்.

“எண்ணங்களை உருக்குகிறவன். எனக்குப் பெயரில்லை” என்று அந்த முதிய குரல் தழுதழுத்தது.

திரும்பி சத்தம்வந்த திசையைநோக்கி நடக்க ஆரம்பித்தேன். கோவிலைச் சுற்றியிருக்கிற கட்டடங்கள் மங்கலாக தெரியத் துவங்கின. இருக்கிற வெளிச்சத்தையும் இருட்டு போர்த்த ஆரம்பித்தது. இருளிற்குள் நுழைந்து வெளியே வந்தேன். குகையொன்று தூரத்தில் தெரிந்தது. மலையின் இறக்கை அருகே அந்தக் குகை தொங்கியது. மலையே ஒரு பறவையாய் மாறியிருந்தது. குகைக்குள் தீ மூட்டிய நெருப்பு எரிந்து கொண்டிருந்தது. அதன் புகையிலிருந்துதான் நெய்வாசம் புறப்பட்டது. குகையை முற்றாக மூடி, வெண் பஞ்சுப்பொதிகளைப் போல அந்தப் புகை போனது. குகை வாசலிலேயே என்னைத் தடுத்து நிறுத்தியது அந்தக் குரல்.

“அங்கேயே நில். நான் முகமில்லாதவன். என் முகம் உன் அறிதலில் இருக்கிறது. உனக்கானதை அடைய வழிகாட்டுகிறவன் மட்டுமே நான். காய்ச்சலை பார்த்த செடி பாய்ச்சலைப் பார்க்கையில் மொட்டெடுக்கும். அதுதான் இயங்கியல் விதி” என்றது.

“நான் ஏன் இவ்வளவு அலைக்கழிக்கப்பட்டேன்?” என்றேன்.

“இயங்கியல் விதி” என்றது குரல்.

“அதற்கும் எனக்கும் என்ன சம்பந்தம்?” என்றேன்.

"உன்னுடைய எண்ணங்கள் என் நெய்ச்சட்டியில்தான் உருகின" என்று சொன்னபோது,

என் கண்முன்னே வெங்கலச் சட்டியொன்று தெரிந்தது. இந்த சின்னச்சட்டியில் இருந்து கிளம்பிய புகையா அகிலத்தை நிறைத்தது?

"எண்ணம் என்றால் என்ன?" என்றேன்.

"எதுவாகவோ அதுவாக. ஏற்கனவே உணர்ந்துவிட்டாய் அல்லவா?" என்றது அக்குரல்.

"எண்ணங்களை உருக்குகிற சட்டியின் பெயரென்ன?" என்றேன்.

"மனம்" என்றது குரல்.

"ஏன் எனக்கு வியர்க்கவில்லை?" என்றேன்.

"வியர்க்கிற பருவத்திற்காக அது காத்திருந்தது" என்றது அக்குரல்.

"உங்கள் கட்டுப்பாட்டில் அது இல்லையா?" என்றதும்,

"காலத்தையும் பருவத்தையும் சோழிகள்போல உருட்டுவதுதான் இயங்கியல் விதி" என்று சொல்லிவிட்டு அந்தப் பக்கம் அமைதியானது. உள்ளே சுடர்கள் ஆடி குகைச்சுவரில் கரியநிழல் விழுந்தது. அந்த நிழலின் தலையில் நிழற்துண்டொன்று தலைப்பாகைபோல கட்டப்பட்டிருந்தது. உச்சந்தலைக்குள் செம்போத்து கொத்துகிற சத்தம் கேட்டது. கண்களை மூடினேன். வெங்கலமணிச் சத்தம் என் உடலெங்கும் கேட்கத் துவங்கியது.

"நான் எதற்காக காத்துக் கொண்டிருக்கிறேன்?" என்றேன் சத்தமாக.

"உனக்குத் நன்றாகத் தெரிந்த வெள்ளியொன்று உதிர்வதற்காக" என்றது குரல். தலையைத் தூக்கி வானத்தைப் பார்த்தேன். கீழே நான் பார்த்த வெள்ளி, என் கண்முன்னர் மங்கலாகி கீழ்நோக்கிச் சரிந்து வேகமாகக் கீழே இறங்கியது. கடல் ஒன்று என் கண்முன்னர் விரிந்தது. அலையடிப்பது தெரிந்தது அதில். அலையடித்து படிப்படியாக கட்டுமானங்கள் உருவாகின. அவை அரண்மனை ஆகின. கோட்டை கொத்தளங்கள் முளைக்க ஆரம்பித்தன. பெரிய நகரமொன்றின் வீதி தெரிந்தது. வீதிவரை வந்து நனைத்த அலை, தூரத்தில் திரண்டு மேலேறி வருவது தெரிந்தது. சாலையை மூடி, வீதியை மூடி, அரண்மனைகளை மூடி, அந்த நகரத்தை மூடி, அலை ஓங்கி உயர்ந்து கடல் எல்லாப் பக்கமும் விரிந்தது. கடல் மட்டும் இருந்தது அங்கே. உதிர்ந்த வெள்ளி கடலுக்குள் விழுந்து காணாமல்போனது.

"வெள்ளி எதற்காக கடலுக்குள் போனது?" என்றேன்.

"கடல் காற்றை அனுப்ப" என்றது.

"கடல் காற்று எதற்காக வர வேண்டும்?" என்றேன்.

"நீ மொட்டெடுக்க. பிறப்பின் நோக்கத்தை அறிய. அதன் பிறப்பின் நோக்கமும் அதுதான்" என்றது அந்தக் குரல்.

"அதற்கு எங்கே நான் போகவேண்டும்?" என்றேன்.

"உன் அப்பனை போய்ப் பார். அவன் சுபிட்ச முருகன் இருக்கிற இடத்தைக் காட்டுவான். இயங்கியல் விதிப்படி, உன் கடைசிக் கணக்கை தீர்த்துக்கொள்" என்று, குரலை உயர்த்திச்சொன்ன முதிய உருவம், தன்முன்னே எரிந்துகொண்டிருந்த நெருப்பை ஊதியணைத்தது. குகை இருளானது. காலைத் தூக்கி பக்கத்தில் இருந்த கல்லில் வைத்தேன். அது பாதாளமாக விரிந்தது. படிக்கட்டுகள் இருந்த இடத்தில் தடுமாறி விழுந்தேன். பாதயாத்திரைக்கு வந்த ஜனங்கள் படியிறங்கிக் கொண்டிருந்தார்கள்.

அத்தியாயம் 19

மக்களோடு மக்களாய் கீழே இறங்கிவரும்போது எனக்கு வாழ்வதன் மீதான விருப்பம் முழுமையாகக் கூடிவந்தது. உடலெங்கும் வெப்பம் பரவி கதகதப்பாக இருந்தது. எதன் மீதும் எனக்கு எண்ணம் கூடி வரவில்லை. என் எண்ணங்கள் எதையும் நான் எடை போடவில்லை. நிதானமாக என்னுடைய எண்ணங்களைப் பின்தொடர்ந்தேன். எந்தச் சிடுக்குகளும் இல்லாமல் எண்ணங்கள் வழுக்கிக்கொண்டு உற்பத்தியான இடத்திலிருந்து புறப்பட்டு மீண்டும் அந்த இடத்திற்கே திரும்பிப் போயின. இது ஒரு சுழற்சிமாதிரி இருந்தது. அந்தச் சுழற்சிக்குள் சுற்றிப் பின்னி ஒரு எண்ணம் மட்டும் மேலெழுந்துவரும். அதுதான் என் விருப்பமும், மனதின் நோக்கமும் என்பதை இந்த நெடும் பயணத்தில் அறிந்திருந்தேன். மனம்தான் எண்ணங்களைச் செலுத்தி அழிக்கிறது. மனதின் விருப்பமே எண்ணங்களைத் தேர்ந்தெடுத்து வழிநடத்துகிறது. மனம் விரும்பாவிட்டால் புறப்படுகிற எண்ணங்கள் விரைவிலேயே மரித்தும் போகின்றன. ஆழ்கடலுக்குள் அவை அமிழ்ந்தும் போகின்றன. மனம்கூடுவதே மகிழ்ச்சி என உணர்ந்தேன். மனப்பூர்வமாக என் அப்பனை பார்க்கப் போகிறேன். அவனிடம் எனக்கான சாவி இருக்கிறது. சொத்தென எனக்காக அதைப் பொத்திவைத்திருக்கிறான் என்று தோன்றியது. வலி என்பது என்ன? அடர்த்தியாக எனக்குப் புரிந்தது. என் வாழ்வில் காய்ச்சலை நிறையப் பார்த்துவிட்டேன். மனமுவந்து என் கணக்கை நேர்செய்கிற திராணியைப் பெற்றுவிட்டேன். பெற்றேனா? கொடுத்தாரா?

அடிவாரத்திற்கு நாங்கள் வந்து சேர்ந்தபோது விடிந்திருந்தது. “கோவில் வளாகத்தில நேத்து ராத்திரிமுழுக்க எள் விழக்கூட எடமில்லாத கூட்டம். நெருக்கியடிச்சுக்கிட்டுதான் படுத்துக் கிடந்தோம். கோவில் நடைசாத்துன வாசல் பக்கத்தில எல்லாம் சனங்க படுத்துக்கிடந்தாங்க”

என பூக்கடைக்காரரிடம், இன்னொரு கடைக்காரர் சொல்லிச் சிரித்தார். எனக்கும் சாமிக்கும் புதுத் துணிகளைக் கோவில் கடையில் எடுத்தேன். சாமி இருக்கிற இடத்தின் ஊர்ப்பெயர் மறந்துவிட்டது. அந்தக் கோவிலின் வடிவமைப்புகூட நினைவில் வரவில்லை. பரிபூரண வெறுமையில் இருந்தது மனம். உடலில் வெப்பம் படிப்படியாக உயர்வதை மட்டும் கவனித்தபடி இருந்தேன். ஒருமுகப்பட்டது மனம். யாரையும் எங்கேயும் திரும்பிப் பார்க்கவில்லை. இளம்பெண்கள், திரும்பாத என் முகத்தைத் திரும்பிப் பார்ப்பதை என் உள்மனம் உணர்ந்தது. அதிகம்போனால் இன்னும் இரண்டு நாட்களில், கீர்த்தனாவை பார்க்கப் போய்விடுவேன் என்று தோன்றியது.

கீர்த்தனாவை திரும்பவும் போய்ப் பார்ப்பதற்கான அனுமதியை இனி, நான் எங்கேயும் போய் வாங்கவேண்டியதில்லை. நன்றாகத் தெரிந்த தெய்வத்தின் பிள்ளையை நட்டாற்றில் இனி யாரும் நிறுத்தப் போவதில்லை. சுக மாம்பழங்களை என் சாமி மடியில் அள்ளிப் போடுவார். கோவில் இருக்கிற இடத்தை விசாரித்து அந்தத் திசை நோக்கித் தலைதெறிக்க ஓடினேன். “சாமி, என்ன சட்டைபோடற பழக்கத்த மேலயே விட்டுட்டு வந்துட்டீங்களா?” என்ற குரலுக்குப் பதில் சொல்லவில்லை.

பாதயாத்திரை வந்த மக்கள் திரும்பி நம்பிக்கையோடு ஊர் மீண்டார்கள். இந்தப் பாதையில் நடந்துவந்தது எப்படி மறந்துபோனது? இவ்வளவு தூரத்தை எப்படிக் கடந்தேன்? நான் யார்? எதற்காக இப்படி ஓடுகிறேன்? என விரட்டிவந்த சிந்தனைகள் எல்லாவற்றையும் சிதறடித்தது என் ஓட்டம். வழி தெரியவில்லையே தவிர, கால்கள் சரியான திசை நோக்கி ஓடின.

கோவிலின் வளாகம் தூரத்தில் தெரிந்தது. கோவிலில் கூட்டம் வழக்கத்தைக் காட்டிலும் அதிகமாக இருந்தது. அங்கே நடுநிலத்தில் ஓலைபோட்டு சமையல் நடக்கிற காட்சி தட்டுப்பட்டது. சமையல் மணம் காற்றில் பரவிவந்தது. மாமா இறந்த அன்று நடந்த சமையலில் இப்படித்தான் சுரைக்காய் வாடை தூக்கலாகப் புறப்பட்டு புகையோடு கலந்துவந்தது. ஓட்டத்தை நிறுத்தாமல் ஓடினேன். பூக்கடைக்காரர் ஓடிவந்து என்னைக் கட்டிப்பிடித்தார். “சாமி, நேத்து நைட் சமாதியா ஆயிட்டாரு. நான் தூரத்தில இருந்து பாத்தேன். வாசல்ல உக்காந்துக்கிட்டு ஒரு வெள்ளியையே பாத்தார். காலைல பாக்கும்போது அந்த இடத்தில உக்காந்த வாக்கிலயே ஜீவசமாதி ஆயிட்டார்” என்றார். மேற்கொண்டு அவரிடம் பேச எனக்குத் தோன்றவே இல்லை.

என்னையறியாமல் கண்ணீர் மார்பில் வழிந்தது. எங்கே போவேன் இனி? முடிவே பெறாதா இந்த ஓட்டம்? எதற்காக இதையெல்லாம் சுமக்க வேண்டும்? புல் பூண்டிற்குக்கூட இனி துரோகம் இழைக்கமாட்டேன்

என்பதை உணர்ந்தவனை இனியும் ஓடவைப்பது முறையா? தன்னை உணர்ந்தவனை தடம் புரட்டுவது தகுமா? அடியாழத்தில் அரற்றியபடி சாமியை வைத்திருந்த குடிலுக்குள் போய்ப் பார்த்தேன். தலையில் பச்சைத்துண்டை உருமா கட்டி, சப்பணம் கட்டிய நிலையிலேயே அமரவைத்திருந்தார்கள். சந்தன வியாபாரி தந்திருந்த சந்தனம் நெற்றியில் இருந்தது. நாய் குண்டியில் வைத்த தீற்றலைப்போலவே அது இருந்தது. அவருக்கு முன்னால் இருந்த தட்டில் ஆப்பிள் பழங்கள் வைக்கப்பட்டிருந்தன. எல்லாமும் மாறிவிட்டது. சாமிக்குப் பின்னால் புதிய ஆட்கள் நின்றிருந்தார்கள். "கடைசியா இவனத்தான் பிள்ளைன்னு சொன்னாரு" என்றார், குடிலுக்குள் இருந்த ஒருத்தர். கோடித்துணியைக் கையில் கொடுத்தேன். சாமியின் காலடியைத் தாண்டி தூக்கிப் போட்டார்கள் அதை.

"யார் புள்ளைடா அவன். ஒரு வாரத்துக்குமேல இங்க இனிமே ஒரு பயலும் தங்கக்கூடாது" என்று ஒருத்தன் கத்திச் சொன்னபோது, நில உரிமையாளர் கையமர்த்தி அவனை வெளியே போகச் சொன்னார். ஒவ்வொருத்தராக வெளியே போக ஆரம்பித்தார்கள். சாமியும், நானும், பெரியவர் ஒருத்தர் மட்டும் அந்தக் குடிலுக்குள் இருந்தோம். சாமியின் முகத்தில் ஈ மொய்க்காமல் இருக்க விசிறிக் கொண்டிருந்தார். சாமியை அமரவைத்த நாற்காலிக்குக் கீழே மண்ணில் புரண்ட ஒரு லட்டை எறும்புகள் தூக்கியெடுத்துப் போக முயன்றன. சாமியை எங்கே புதைப்பது என வெளியே கலந்துபேசினார்கள். "ஏண்டா, அந்தாள் சோத்துக்கு இல்லாம தெருவில கிடந்தப்ப ஒரு பய வரல. இப்ப சொந்தம் கொண்டாடிட்டு வர்றீங்க. தராதரம் பாக்கமா நடுநிலத்தில குடிசை போட்டுக் கொடுத்தவன் நான்" என, உரிமையாளர் சத்தம் போட்டார்.

ஊர்ப் பெரியவர்கள் நியாயம் பேசினார்கள். "ஒண்ணுமில்ல விட்டுருங்க. அப்படியே சப்பரத்தில வச்சு தூக்கிக்கிட்டு எங்க தெருப்பக்கம் ஒரு சுத்து சுத்திக் காட்டிட்டு, அவரோட உடமைதாரர் வீட்டுவாசல்ல இறக்கி வச்சுட்டு தூக்கிட்டு வந்து பொதைச்சுக்கோங்க. கோவில் பெருசாச்சுன்னா பூசைவைக்கிற மொத உரிமைய எங்களுக்குக் குடுத்திருங்க. வருமானத்தில நீங்க என்ன கொடுத்தாலும் கணக்குக் கேட்காம வாங்கிக்கறோம். அதான் ஞாயம். பிறந்த எடத்த நீங்களும் மறக்கமாட்டீங்கள்ள! பட்டினத்தாரே அவங்கம்மா சாவுக்குப் போனாராம்" என்றார், சாமியின் சொந்தக்காரர் ஒருத்தர். சாமியின் சொந்தங்கள் கூட்டமாக சரியென்று தலையாட்டினார்கள்.

"சிலையா இருக்கற சாமிக போறமாதிரி சப்பரம் வேணும். சவத்த தூக்கறத கொண்டாரக் கூடாது" என்றார் ஒருத்தர்.

"ஏம்பா அப்டீ, சப்பரத்துக்கு எங்க போறது? ரெட்டை மாட்டு வண்டில பூவை அலங்கரிச்சு ஏத்திருவோம்" பதில் சொன்னார் இன்னொருத்தர்.

சிலுவை கோவிலில் அப்படி ஒரு சப்பரம் இருப்பதாக ஓடிவந்து சொன்னார்கள். “வெறும் சப்பரந்தானே, எடுத்துட்டுப் போங்க” என்று சொல்லிவிட்டார் அதன் உடைமைப்பட்டவர்.

அதைக் கொண்டுவந்து சுற்றிலும் செவ்வரளியும் சாமந்திப்பூவையும் நிரப்பி மூடினார்கள். சாமியின் புகைப்படத்தை கோவிலுக்குள் போய்க் கிழித்துக் கொண்டுவந்து சப்பரத்தின் முன்பக்கத்தில் ஒட்டினார்கள். சாமியைத் தூக்கி சப்பரத்தில் வைப்பதற்கு என்னைக் கூப்பிட்டார்கள். வரமாட்டேன் என்பதைப்போல கையைக் காட்டினேன். கோவிலில் இருந்து சாமியைத் தூக்கிவைத்துப் புறப்பட்டது ஊர்வலம், ஊரை நோக்கி. “எல்லாத் தெருக்கும் போகணும் சாமி” என்றார் ஒருத்தர் சத்தமாக. “போயிட்டுப் போறாங்கப்பா. ஒருநாள் கூத்துதான? அப்பறம் இங்கதான வந்து பொதைக்கணும்” என்று, ஒரு கூட்டத்திற்கு இன்னொரு சிறுகூட்டம் சமாதானம் சொன்னது.

ஊருக்குள் நுழைந்தது ஊர்வலம். யாரும் அங்கே அழவில்லை. சப்பரம் கடந்துபோனபிறகு பின்னால் இருந்து ஒரு பெண், “ஒரு மழையக் காட்டிட்டு மண்டைய போட்டிருந்தாருன்னா கௌரவமா இருந்திருக்கும்” என்றாள். பின்னர் அவளே, “பின் மூணு தேதி தள்ளி பெஞ்சாலும் சரிதான்” என்றாள் தயக்கத்தோடு. சாமிக்கு உடமைப்பட்டவர் இடத்திற்கு முதலில் போய்விட்டு பின்னர் மற்ற இடங்களுக்குப் போகலாம் எனத் திட்டமிட்டார்கள். ஒழுங்காக ஊர்ந்து முன்னேறிய சப்பரத்தினுடைய சக்கரத்தின் அடியில் பன்றி ஒன்று தலையைக் கொடுத்து இடறியது. ஒரு காலை மேலே தூக்கிய சப்பரம் இன்னொரு தெருவிற்குப் போகும் வழியில் இன்னொரு காலை ஊன்றி நிலை நின்றது. “ஏம்ப்பா, சாமி இப்படிப்போயி சுத்திவரச் சொல்லுது” என்றார், சப்பரத்தை பலம் கொண்டு தூக்க முயற்சித்த ஒருத்தர். தூக்குகிறமாதிரி எலவம் பஞ்சாய் அந்தக் கணத்தில் மாறியிருந்தது சப்பரம்.

அந்தத் தெருவின் முனையில் சப்பரம் திரும்பி, அதன் குறுகிய வீதிக்குள் நுழையும்போது பார்த்தேன். சாமியின் பள்ளி நண்பர், ஓட்டு வீடொன்றின் வாசலில் அமர்ந்து சப்பரம் வருவதை பார்த்துக் கொண்டிருந்தார். சப்பரத்திற்கு முன்னால் வந்த அவர் ஊர்க்காரர்களைப் பார்த்து, “தொரத்துனீங்கள்ள. இப்ப சப்பரத்தில வர்றான். எல்லாரும் அவன கும்பிடறீங்க. இதைப்பாக்க எங்க ஆத்தா இந்நேரம் இருந்திருக்கணும். இந்த ஊருக்கு எப்பயும் அவந்தான் எல்லைச்சாமி” என்றார். அவருடைய சொந்தக்காரர்கள் அவரைப்பிடித்து கைத்தாங்கலாக உள்ளே அழைத்துப் போனார்கள்.

ஊர்த் தெருக்களையெல்லாம் சுற்றி முடித்து மறுபடியும் சாமி குடிலுக்கே திரும்பிவந்தார். கோவில் கட்ட ஏற்பாடுகளையெல்லாம் செய்துமுடித்துவிட்டதாகச் சொன்னார் ஒருத்தர். “அவரு, படுத்துக்

கிடந்த மூலையிலேயே அவர பொதைச்சிரலாம். கோவில்னு வரும்போது அவரு படத்தை வச்சு, பெருசா தனியா கட்டிக்கலாம். சிலருக சமாதி இருக்கிற எடத்துக்கு வரமாட்டாங்க. அதையும் கணக்கில வைக்கணுமில்லையா" என்றார், நிலத்து உரிமையாளர். "குடிசைய ஒண்ணும் பண்ணிராதீங்க. அவரு ஞாபகாத்தமா அங்கேயே இருக்கட்டும். அவரு பொருளெல்லாம் உள்ள கிடக்கட்டும். தனியா ஒரு எடத்தில புதைச்சிருங்க" என்றார், இன்னொருத்தர். "பொருளு என்ன பொருளு. இனிமே மொதலாளி தெரட்டுனாத்தான் உண்டு. குடிசைக்குள்ள குண்டித்துணி ஒண்ணத் தவிர வேற ஒண்ணும் இல்ல. தரையில கெடக்குற ஒரு லட்ட வச்சு என்ன பண்றது" என்று, பச்சை சட்டை போட்ட ஒருத்தர் சொன்னார். வந்ததிலிருந்து இவர்களையெல்லாம் கோவிலில் நான் பார்த்ததே இல்லை.

பூஞ்சை உடம்பு என்று சொல்லிவிட்டு, உடனடியாக சாமியைப் புதைக்க வேலைகளை ஆரம்பித்தார்கள். சாமி வழக்கமாக வேப்பம் குச்சியை சப்பிக் கடித்துத் துப்புகிற இடத்தில் புதைக்கலாம் என முடிவெடுத்தார்கள். இருளுக்கு முந்தி வேலையை முடித்துவிட்டு எல்லோரும் கிளம்பிப் போனார்கள். "தம்பி, இன்னிக்கு ஒரு ராத்திரிதான் உனக்குக் கெடு. காலையில பாக்கறச்ச நீ இங்க இருந்தா உப்புக் கண்டம் போட்டுருவோம். முதலாளி சொன்னருங்கற காரணத்துக்காக அடிவாங்காம தப்பிச்சிருக்க. ஊர் போக காசு வேணும்னாலும் கேளு. நல்ல குடும்பத்து பயலாத் தெரியற. சாமிங்கறபேர்ல படுத்துக் கிடக்க இந்த வெறும்பயல நம்பி வாழ்க்கையை தொலைச்சிராத" என, தோள் தொட்டு அறிவுரை சொல்லிவிட்டுப்போனார் அந்த முதலாளியோடு இருந்தவர்.

கோவிலில் கூட்டம் படிப்படியாக குறைய ஆரம்பித்தது. சாமியின் நெருக்கமான வட்டத்தைச் சேர்ந்தவர்கள் மட்டும் தங்கினார்கள். கொஞ்சநேரம் அவர் குறித்த கதைகளைப் பேசிவிட்டு அவர்களும் கிளம்பினார்கள். சாமியும் நானும் மட்டும் தனியே எஞ்சினோம். என் உடல்வெப்பம் படிப்படியாகக் குறைந்து பழையமாதிரி குளிர்ச்சி உடலெங்கும் பரவியது. குடிலில் கொளுத்திவைத்திருந்த ஊதுபத்திக்கு அருகில் கையை நீட்டியபோது சுடவில்லை. அனுப்பியமாதிரியே திரும்பவும் அழைத்துக்கொண்டாரா? எல்லாம் அறிந்தவர் இதையும் அறிவாரா? பதில்சொல்ல வழியில்லாத சாமி அமைதியாகத் தூங்கினார்.

எல்லோரும் போனபிறகு சமாதியை நோக்கி ஓடினேன். சாமியின் தலைமாட்டில் அமர்ந்து ஏங்கியேங்கி அழுதேன். தூக்கிப் போட்டிருந்த பச்சை வேட்டியைக் கொண்டுவந்து அவரது சமாதியில் போர்த்தினேன். பச்சைத் துண்டை தலைப்பாகை மாதிரிச் சுருட்டி அதன்மீது வைத்தேன். "ஏட்டி, நீ எங்கடி போன?" அழுதுகொண்டே தரையிலமர்ந்து கால்களைக் காற்றிலாட்டி உதைத்தேன். "நான் எங்க போறது? நான்

எங்க போறது? கீர்த்தனாவ பாக்கவே முடியாதா?" என, வயிற்றிலடித்து எழுந்து சாமியின் சமாதியைச் சுற்றிவந்தேன். எதற்காக என்னைத் தூக்கிக் கொண்டுவந்து இந்த வாசலில் போட்டார்? எனக்கான சாவி சமாதிக்குள் உறங்குகிறதா? நேரெதிர் மனநிலைக்கு நான் நகர்ந்துகொண்டிருக்கையில், "பெருங்காத்தில பிடிச்ச கொப்ப கீழே விழக்கூடாது" என்கிற வார்த்தைகள் என் காதில் விழுந்தன. சாமி எனக்காக வருவார் என நம்ப ஆரம்பித்தேன். எழுந்து ஊரைநோக்கி ஓடிப்போய் சாமிக்காக டீ வாங்கிக்கொண்டு வந்தேன். அவரது சமாதிக்கு முன்னால் ஒரு தட்டில் அதை ஊற்றினேன். ஆப்பிள் பழங்களைத் தூக்கி வேலிக்கு அப்பால் வீசினேன்.

சாமியின் காதுக்குப் பக்கத்தில் போய், "நான் மொட்டெடுப்பது விதியா?" என்றேன். பதில்வரும் என்று எதிர்பார்த்தேன். மறுபடியும் கேட்டேன்: "நான் மொட்டெடுப்பது விதியா?" என்று. பின்னர் உரத்த. குரலில், "நான் மொட்டெடுப்பது விதி. அதுதான் உங்கள் விருப்பம்" என்று சொல்லிவிட்டு, சாமியின் காலடியிலேயே படுத்துக் கண்ணை விலக்காமல் சமாதியை பார்க்கத் துவங்கினேன்.

அத்தியாயம் 20

தலைகவிழ்ந்து சமாதியில் விடிகாலையிலும் அரற்றிக்கொண்டிருந்த போது என் முதுகிற்குப் பின்னால், “எழுந்திரு. நான் வழிகாட்டுவேன்” என, சாமியின் குரல் கேட்டது. நிச்சயம், அது சாமியின் குரல்தான். சமாதியை நிமிர்ந்து பார்த்தேன். அதன்மீது நொண்டி நாய் படுத்திருந்தது. திரும்பவும் குனிந்து அரற்றத் துவங்கியபோது மீண்டும் அந்தக் குரல், அதே வார்த்தைகளைச் சொன்னது. கூடவே, நாய் குரைக்கும் சத்தம் கேட்டது. நிமிர்ந்து நாயைப் பார்த்தேன். என்னைப் பார்த்து தரையோடு தரையாய் ஒட்டியிருந்த வாலைத் தூக்கி ஆட்டியது. என் கண்களை நன்றாகப் பார்த்து குரைக்க ஆரம்பித்தது.

அமைதியாக அமர்ந்திருந்தபோது மீண்டும் மீண்டும் குரைத்தது. நம்பாமல் பார்த்தபோது கீழே தட்டில் இருந்த டீயை குடித்தது. தயங்காமல் எழுந்து நின்றேன். பின்னங்கால்களோடு சேர்த்த பிருஷ்டத்தை மண்ணில் தேய்த்து நாய் நகர ஆரம்பித்தது. “பின்தொடர்ந்து வா. நான் வழிகாட்டுவேன்” என, சாமியின் குரல் கேட்டது. நாயைப் பின் தொடர்ந்து நடக்க ஆரம்பித்தேன். தவழ்ந்துபோனதன் வலி எனக்குத் தெரியும் என்பதால் என் கண்களில் நீர் பெருகியது. வலியோடு கடக்கும் ஜீவன்களின் பிரதிநிதி நான். தோளில் தூக்கிப்போட்டுக்கொள்ள கையைத் தூக்கியபோது என்னைத் தாண்டி வெகுதூரம் போனது. வழிகாட்டியை தூக்கித் தோளில் சுமக்கமுடியுமா? எல்லா யோசனைகளும் பெருங்காற்றில் அடித்துப்போகும் மக்கிப்போன இலைகளாய் பறந்து மறைய ஆரம்பித்தன. சாமி, எனக்காக பிருஷ்டத்தை இழுத்துப் போகிறாரே?

இரு கைகளையும் நெஞ்சில் கூப்பியபடி அவர் இழுத்துப்போன திசையில் போனேன். அவர் காய்ந்த காடுகளைத் தாண்டிப்போனார். சாம்பல்நிறமான துளிர்க்காத மலையைக் குடைந்து அந்தப்பக்கம்

வெளியேறினார். அதலைக்காய்போல இருக்கும் வேலிப்பருத்திக் காய்கள் வெடித்து, அதனுள்ளிருந்த பஞ்சு வானோக்கிப் பறந்து, வெண்ணிற மேகப்பொதியாய் உருமாறித் திரண்டு உருண்டு புதிதாய் வட்டமடிக்க ஆரம்பித்தது. அம் மேகப்பொதி குடைபோல விரிந்து சாமிபோகிற திசையெல்லாம் உடனோடியது. சாமியின் ரத்தம் நிலமெல்லாம் பொட்டு வைத்துக்கொண்டு போனது. சாமி அவருக்கு விதிக்கப்பட்ட எல்லை முழுவதையும் வட்டமாகச் சுற்றி வந்துவிட்டபிறகு அவர் கிழக்குப் பார்த்து தவழத் துவங்கினார்.

பெரும் ஓடையொன்றைக் கடந்து மேலேறி, சமவெளி ஒன்றின்மீதேறி பனைமரங்கள் சூழ்ந்த காடொன்றை நோக்கிப்போனார். ஏற்கனவே நான் பார்த்த இடம்மாதிரி தெரிந்தது. பார்த்த நிலம்தான். என்னுடைய தாத்தாவின் நிலமே அது. நிமிர்ந்து, நாயின் பின்மண்டையைப் பார்த்தேன். அதன் பின்னங்கழுத்து என் தாத்தாவிற்கு இருப்பதைப்போலவே வட்ட வடிவத்தில் இருந்தது. தாத்தாவிற்கும் இப்படித்தான் கழுத்துச் சதை இருக்கிற இடத்தில் மேடாக இருக்கும். திடீரென திரும்பிப் பார்த்த நாய், "கணக்குச் சொல்கிற விருப்பம் வந்துவிட்டதா?" என்றது, என்னை நோக்கி.

"ஆமாம் வந்துவிட்டது. என் பேரனுக்காக" என்றார் தாத்தா. நாய் சிரித்துக்கொண்டே சொன்னது: "புத்திர பாசம்."

"இல்லை, நான்தான் என் பேரன்."

"நான்தான் எல்லாமும்." என்றது நாய், சாமியின் குரலில்.

நாய் பனங்காடுகளைத் தாண்டியிருந்த அந்த நிலத்திற்குள் தவழ்ந்து போனது. பனைமரங்கள் தலைவிரித்தாடிவிட்டு அமைதியாகின. வெண்மேகங்களில் கருமை ஏறி, பஞ்சுப்பொதிகள் நிலக்கரிப் பொதிகளைப் போல மாறத் துவங்கின. கோவிலின் வாசலில் அன்றைக்குத் திரண்டுவந்த மாதிரியான கருமேகக்கூட்டம் அது. ஊசியால் காற்று குத்தினால்போதும். வானத்தைப் பார்த்துக்கொண்டே நடந்தபோது என் கால் இடறியது. கண்ணாடிவிரியன் என் காலைத்தொட்டு நக்கிவிட்டு நகர்ந்தது. என் பின்னாலேயே மெதுவாக ஊர்ந்தும் வந்தது.

நாய் தவழ்ந்து போய், என்னுடைய நிலத்தின் கிணற்றிற்குள் குதித்தது. விரியனும் நானும் சேர்ந்து குதித்தோம். உள்ளே அத்தை, மஞ்சள் முகத்தை அகலவிரித்து, வாலை மெத்தைபோல் சுருட்டி அதன்மீது தலையை ஒய்யாரமாக வைத்து அமர்ந்திருந்தாள். "காலம் காத்திருந்தது இதுவரை" என்றாள். அவள் கண்களைக் கிட்டத்தில் பார்த்தேன். ஒரு கண் மின்னிக் கொண்டும், மற்றொரு கண் மங்கியபடியும் இருந்தது. நாயை நோக்கித் திரும்பியதும் அத்தை ஆங்காரமாக தலையை ஆட்டினாள். அவளது நாக்குகள் தீண்டுவதற்குத் தயாராய் வெளியே வந்தன. என்னை நோக்கியும்

ஒருமுறை சீறிக் காட்டினாள். நகர்ந்துபோன நாய், அத்தையின் காலடியில் தலையைக் கவிழ்ந்தவாக்கில் வைத்தது. பழியா? பாசமா? எது முந்திக்கொண்டு வந்து நிற்கும்?

“என்ன காவு வாங்கிக்க. மனசார கையெடுத்துக் கும்பிட்டுக் கேக்குறேன். நான் செஞ்சது தப்புத்தான். என்னை மன்னிச்சுரு. என் வம்சத்த தழைக்க விடு.” என, தாழ்ந்த குரலில் தாத்தா மன்னிப்புக் கேட்டார்.

”சோறு போட்டதால, உலுக்குனதோட நிறுத்தி உன் வம்சத்த தழைக்க விடறேன்.” என்றாள் பதிலுக்கு.

அத்தை முதலில் கட்டுவிரியனை விழுங்கிவிட்டு, “இதுவரை உன்னை வழிநடத்திய ஞானம் இவன்” என்றாள்.

அதற்கடுத்து தாத்தாவை விழுங்குவதற்குமுன்பு வாயைச் சீறிப் பெரிதாக்கினாள். தாத்தாவின் பின்னங்கால்களை முதலில் வாய்க்குள் கவ்வினாள். அத்தைக்கு வேலை வைக்காமல் விரும்பி, முக்கியும் எக்கியும் வாய்க்குள் போனார் தாத்தா. எழுந்து நெட்டிமுறித்த அத்தை நடந்துபோய் ஒரு இடத்தில் போய்க் குத்துக்காலிட்டு அமர்ந்தாள். ‘வா’ என்பதைப் போல, என்னைநோக்கி சைகை காட்டிவிட்டு, “என் உடலைத் தோண்டு. அடியில் உயிர் நீர் இருக்கிறது. நீ மொட்டெடுப்பாய். உன் பிறப்பின் நோக்கம் நிறைவேறும். காலத்தின் நோக்கமும் அதுவே” என்றாள் அத்தை.

நான் பார்த்துக் கொண்டிருக்கையிலேயே அவள் பெரிய நீர்க்குமிழி ஒன்றாய் மாறி தரையில் விழுந்து ஈரமாய்ப் படர்ந்தாள். வெண்கல மணியொன்று வானிலிருந்து தரையில் விழுந்து வெடித்தது.

நீர்ப்பிடிப்பான அந்த மண்தரையை வெறிகொண்டு தோண்டினேன். கைகளால் பிறாண்டும் அளவிற்கு மண் இயைந்து கொடுத்தது. இடியொன்று விழுந்து, கருகி மொட்டையான பனையொன்று கிணற்றிற்குள் விழுந்தது. என் உடலில் இருந்த உடை கிழக்கிலிருந்து கிளம்பிவந்த தரைக்காற்றில் அடித்துக்கொண்டு போனது. முழு நிர்வாணமாக கிணற்றைத் தோண்ட ஆரம்பித்தேன். கிழக்கு காற்றைக் குளிராய் ஊதியது. கடல்காற்றை வயிற்றிலிருந்து எக்கித் துப்பியது. சாமி கடலுக்குள் அமிழ்ந்து பலம் கொண்டு எச்சிலைத் துப்பினார். தோண்டிக்கொண்டிருக்கும் குழியில் செங்குத்தாக காற்று ஒளியாய் வந்து மோதியது. குங்குமம்பூசிய பெரும் பாதமொன்று என் தலைக்குமேல் ஓங்கி நின்றது. “அப்படிக் கேட்டது தப்புதான் கீர்த்தனா” என, என் வாய் முணுமுணுத்தது.

பாதத்தில் தலையைக் குவித்து வணங்கி, அவ்விரலில் முத்தமிட்டேன். என்னுதட்டில் செவ்வரளிப் பூவிதழ்கள் ஒட்டின. குழியிலிருந்த மண்

மேலே வெடித்துக் கிளம்பியபோது அதைக் காற்று குடித்தது. மண்ணைத் தின்று செரித்த வானம் இடியாய் ஏப்பம்விட்டது. மண்ணைப் பொத்துக் கொண்டு மேலே வந்தார் சுபிட்ச முருகன். இடுப்பை அரச இலையொன்று கவ்விப் பிடித்திருந்தது. நிரந்தரமாய் உறைந்த சந்தனம் பூசிய மஞ்சள்முகம் கண்களைத் திறந்தது. பச்சைநிறமாய் இருந்தன அக்கண்கள். கண்களில் இருந்து பரவிய பச்சையம் என் உடல்வழியாக ஊடுருவி துளிர்த்துக் கொண்டு, என்னைச் சுமந்துகொண்டிருந்த வெளியெங்கும் பரவி, மலை முழுவதையும் மூடி பச்சைப் பட்டுடையைப் போர்த்தியது.

வானத்திலிருந்த கரும் யானைக் கூட்டங்களை நிமிர்ந்து பார்த்தேன். யானையொன்றின் தும்பிக்கையிலிருந்து என் தலையை நோக்கிச் சொட்டிய ஒரு பெருந்துளி என் அடிவயிற்றில் விழுந்தது. அடிவயிற்றில் பச்சைபூத்துத் துளிர்விடத் துவங்கியது. என் உடலெங்கும் சமநிலையில் வெப்பம் பரவியது.

என் உடல் முழுக்க பூரணமான வெப்பம். சுபிட்ச முருகனின் முகத்தைப் பார்த்தேன். ஒளி வெள்ளத்தில் சுடரொளி வீசிய மஞ் சள் முகத்தில் உதட்டைச் சுழித்துச் சிரித்தார். அந்தச் சிலையை அள்ளியெடுத்து மார்போடு அணைத்தேன். மஞ்சள் ஒளிப்பிரவாகம் என் அடிவயிற்றோடு கலந்து மறைந்தது, சின்னஞ்சிறு குங்குமப் பாதத்தை என் நெஞ்சுக் குழியில் ஆதுரமாகப் பதித்து மறைந்து காணாமல்போனது சிலை. கண்களை மூடி வானத்தைப் பார்த்தேன். கீர்த்தனாவின் முகம் துலக்கமாக கண்ணுக்குள் வந்து நின்றது. கண்களைத் திறக்காமல் கீர்த்தனாவை மனதில் இருத்தி மண்ணில் விழுந்தேன். என் உடலே குறியாய் மாறி விடைத்துக்கொண்டு நின்றது. நிலத்தை வெறிகொண்டு முத்தமிட்டேன். மயிலோனின் விந்துத்துளிகள் செங்காட்டு நிலத்தில் விழுந்தபோது என் முதுகில் நீர்த்திவலைகள் பரவின.

போகம், ஒரு மலைப்பாம்பாக என்மீது ஊறி முடித்தபிறகு மல்லாக்கப் படுத்தேன். வானில் சூல் கொண்டிருந்த கரும்பானை வெடித்துச் சிதறியது. மின்னல் வெட்டிய வானம், கறையை வெளுத்துத் துவைத்த தும்பைப் பூ நிற வெள்ளை வேட்டிபோல ஒளிப் பிரவாகமானது. ஒளியே மூலம். தனிப்பெரும் கருணை. எதுவாக? மழையாக இருந்தேன் அப்போது.

●

ஆசிரியரின் பிற நூல்கள்

ஐந்து முதலைகளின் கதை (நாவல்)
ரோலக்ஸ் வாட்ச் (நாவல்)
அஜ்வா (நாவல்)
பார்பி (நாவல்)
அன்பும் அறமும் (வாழ்வியல் கட்டுரைகள்)
வெண்ணிற ஆடை (வாழ்வியல் கதைகள்)
பாவத்தின் சம்பளம் (வாழ்வியல் கதைகள்)
எக்ஸ்டஸி (கட்டுரைகள்)
மதிகெட்டான் சோலை (கட்டுரைகள்)
கடலும் மகனும் (கட்டுரைகள்)